മംഗളോദയം

25 ഉപന്യാസങ്ങൾ
നമ്മുടെ ഭൂമി, വീട്, നാട്

ഡോ. എൻ.എം. ശാന്ത

തൃശ്ശൂർ ജില്ലയിലെ കടങ്ങോട് ജനനം.
'ആദിരൂപങ്ങളുടെ പദവിന്യാസം
ആധുനിക മലയാള കവിതയിൽ' എന്ന
വിഷയത്തിൽ കാലിക്കറ്റ് യൂണിവേഴ്സിറ്റിയിൽ
നിന്നും ഡോക്ടറേറ്റ് നേടി. വിവിധ കോളേജുകളിലും
സിവിൽ സർവീസ് അക്കാദമികളിലും
യൂണിവേഴ്സിറ്റികളിലും
അധ്യാപികയായി സേവനമനുഷ്ഠിച്ചു.
ഇപ്പോൾ കൊടകര സഹൃദയ
കോളേജിൽ മലയാളം അധ്യാപിക.
പുരസ്കാരങ്ങൾ: അബുദാബി ശക്തി അവാർഡ്,
ഗുപ്തൻ നായർ സ്മാരക അവാർഡ്,
കെ.എൻ. എഴുത്തച്ഛൻ അവാർഡ്, വൈഖരി അവാർഡ്.
ഫോൺ: 8089408616

ഗ്രീൻ ബുക്സ് പ്രസിദ്ധീകരിച്ച ഗ്രന്ഥകർത്താവിന്റെ ഇതര കൃതികൾ

സിവിൽ സർവ്വീസ് മലയാളം ഓപ്ഷണൽ പേപ്പർ I
(റഫറൻസ്)

സിവിൽ സർവ്വീസ് മലയാളം ഓപ്ഷണൽ പേപ്പർ II
(റഫറൻസ്)

25 ഉപന്യാസങ്ങൾ

നമ്മുടെ ഭൂമി, വീട്, നാട്

ഡോ. എൻ.എം. ശാന്ത

MANGALODAYAM
an imprint of GREEN BOOKS

mangalodayam
an imprint of green books private limited
gb building, civil lane road, ayyanthole,
thrissur- 680 003, kerala
ph: +91 487-2381066, 2381039
website: www.greenbooksindia.com
e-mail: info@greenbooksindia.com

malayalam
25 upanyasangal
nammude bhoomi, veedu, nadu
article
by
dr.n.m. santha

first published january 2019

cover design : drypastel

branches:
thrissur 0487-2422515
palakkad 0491-2546162
thiruvananthapuram 0471-2335301
calicut 0495 4854662
kannur 0497-2763038

isbn : 978-93-87357-25-9

GMGPL/009/2018

എന്റെ വിദ്യാർത്ഥികൾക്ക്

പുസ്തകത്തിലേക്ക്

ഈ പുസ്തകം വിദ്യാർത്ഥികളായ കൗമാര-യൗവ്വനങ്ങൾക്കുള്ള സമർപ്പണമാണ്. അവരെ രസിപ്പിക്കാനോ ഇക്കിളിപ്പെടുത്താനോ പൈങ്കിളിവൽക്കരിക്കാനോ ഇതിലൊന്നുമില്ല. തീ പാറുന്ന ചില ജീവാവസ്ഥകളെ രക്തത്തിലും അസ്ഥിയിലും ഏറ്റുവാങ്ങാനുള്ള അനുശാസനമാണിത്. എന്തെന്നാൽ, കുട്ടികൾ ഇപ്പോൾ ഒന്നും അറിയാറേയില്ല. വീടിനെ, നാടിനെ, ലോകത്തെ, ഭൂമിയെ, തങ്ങളെപ്പോലും. പുതിയ മാതാപിതാക്കളുടെ നവീന ശിക്ഷണങ്ങളും ശൈലികളും അവരിൽ നിന്ന് അവരുടെ സ്വത്വത്തെ എടുത്തുകളയുന്നു. കണ്ണാടിക്കൂട്ടിലെ മാംസപ്പാവകളാക്കുന്നു. വ്യക്തിത്വം നഷ്ടപ്പെട്ട് മാനവികത മറഞ്ഞ് ബോധത്തിൽ ഗ്രഹണങ്ങൾ നിറഞ്ഞ് സ്വാർത്ഥതയുടെ ഇത്തിരിവട്ടത്തിൽ കറങ്ങി ഇര തേടാനും ഇണചേരാനും മാത്രമുള്ള ഒരു ജന്തുജീവിതത്തിന്റെ കൂത്തരങ്ങിൽ അവർ ആടിത്തിമിർക്കുന്നു. മൊബൈലും ഇന്റർനെറ്റും മറ്റ് സുഖസാമഗ്രികളും അവരെ ആർദ്രത, കടമ, സ്നേഹം, കാരുണ്യം, ശുദ്ധി തുടങ്ങിയ മൂല്യങ്ങളിൽ നിന്ന് ആട്ടിയകറ്റുന്നു. അവർ മൃഗസമാനരോ, യന്ത്രസമാനരോ? അറിഞ്ഞുകൂടാ.

35 വർഷം അദ്ധ്യാപനത്തിലായിരുന്നു ഞാൻ. കുട്ടികളായിരുന്നു എന്റെ ലോകം. അവരുടെ നന്മയും സ്നേഹവും കാരുണ്യവുമാണ് എന്നെ മുതിർന്നവർ നൽകിയ ഇരുട്ടിൽ നിന്ന് സൂര്യവെളിച്ചത്തിലേക്ക് നയിച്ചത്. എന്നാൽ, കാലം കുട്ടികളെ പടിപടിയായി അധഃപതിപ്പിക്കുന്നതിന്റെ സാക്ഷിയല്ല. രക്തസാക്ഷിയാണ് ഇന്ന് ഞാൻ. ഈ ലേഖനങ്ങൾ എന്റെ ജീവരക്തമായൊഴുകി അവരെ തൊട്ടുവിളിക്കുകയാണ് - തന്നെ, തന്റെ വീടിനെ, താൻ ജീവിക്കുന്ന സമൂഹത്തെ, ലോകത്തെ, ആധാരമായ ഭൂമിയെ അറിയാൻ.. വഴുവഴുപ്പൻ സുഖഭോഗങ്ങളുടെ സർപ്പപ്പുളയലല്ല, അനുഭവങ്ങളുടെ അഗ്നിമുഖമാണ് അവർക്ക് ഞാൻ ആശംസിക്കുന്നത് - എരിയുന്ന വെളിച്ചമാകാൻ.

ഡോ.എൻ.എം.ശാന്ത

ഉപന്യാസം എങ്ങനെ തയ്യാറാക്കാം

ഏതെങ്കിലും ഒരു വിഷയത്തെ കേന്ദ്രീകരിച്ച് രചിക്കുന്ന ലേഖനമാണ് ഉപന്യാസം (Essay) വിഷയത്തെക്കുറിച്ച് സുദീർഘ മായി, ശാസ്ത്രീയ ചർച്ചകളോടുകൂടി രചിക്കുന്ന ഉപന്യാസത്തിന് പ്രബന്ധം (Thesis) എന്നു പറയുന്നു. ഒരു വിഷയം തന്നെ പല കർത്താക്കളിലും വ്യത്യസ്തമാകാം. രചയിതാവിന്റെ ശൈലി, കാഴ്ചപ്പാട്, ഭാഷാപ്രയോഗം തുടങ്ങിയ മൗലിക വസ്തുതക ളാണ് വ്യത്യസ്തതയ്ക്ക് കാരണം. രചയിതാവിന്റെ വ്യക്തിത്വ ത്തിന്റെ സവിശേഷതകളാണ് ഉപന്യാസത്തിന്റെ മുഖ്യഘടകം. സ്വാരസ്യം, ലാഘവം, ലാളിത്യം, ഓജസ്സ്, ശബ്ദഭംഗി, അർത്ഥ പുഷ്ടി, ആർജ്ജവം തുടങ്ങിയവ ഉപന്യാസത്തിന്റെ അവശ്യ ഘടകങ്ങളാണ്. പ്രപഞ്ചത്തെക്കുറിച്ചുള്ള അവബോധം ഉപ ന്യാസകാരനുണ്ടായിരിക്കണം. ജീവിതാനുഭവങ്ങളെ ആഴത്തിൽ ഉൾക്കൊള്ളാൻ കഴിയണം. ലോകാനുഭവങ്ങളുടെ നേർക്ക് ഉപ ന്യാസകാരന്റെ നേത്രങ്ങൾ തുറന്നിരിക്കണം. അവയോട് ക്രിയാ ത്മകമായി പ്രതികരിക്കാൻ കഴിയണം. താൻ ജീവിക്കുന്ന സമൂഹ ത്തിൽ അദ്ദേഹം സർവ്വാത്മനാ ഉൾപ്പെട്ടിരിക്കണം. വിപുലമായ വായന ജ്ഞാനത്തോടൊപ്പം ഉപന്യാസ കർത്താവിന്റെ ഭാഷാ ശൈലിയും രൂപപ്പെടുത്തുന്നു. സ്വന്തം രചനയിൽ സ്വയമൊരു വിമർശകനായി മൂല്യനിർണ്ണയം ചെയ്യണം. അതിന് ത്യാജഗ്രാഹ്യ വിവേചന ശക്തി ഉണ്ടാകണം. ഏകാഗ്രത (concentration) വിഷയ ത്തിൽ നിന്ന് വഴുതിപ്പോകാതിരിക്കൽ ക്രമം (Order) സംക്ഷി പ്തത (Brevity) ശക്തവും സൂക്ഷ്മവുമായ പദങ്ങളുടെ തിര ഞ്ഞെടുപ്പ്, രീതി (Style) വ്യക്തിത്വം (Personal Touch) തുടങ്ങിയ ഗുണങ്ങൾ ചേരുമ്പോഴേ നല്ല ഉപന്യാസങ്ങൾ രചിക്കാനാവുക യുള്ളൂ.

ഉപന്യാസത്തിൽ ലളിതവും ഹ്രസ്വവുമായ വാക്യങ്ങളാണ് ഉചിതം. അർത്ഥരഹിതവും സങ്കീർണ്ണവുമായ പദങ്ങൾ ഉപേക്ഷിക്കണം. ചിഹ്ന വ്യവസ്ഥകൾ കർശനമായി പാലിക്കണം. ഓരോ ആശയവും പൂർവ്വാപരബന്ധമനുസരിച്ച് അനുക്രമമായി അടുക്കണം. ഓരോ ആശയത്തേയും ഓരോ ഖണ്ഡികയിൽ ആവിഷ്കരിക്കണം. ഉപന്യാസത്തിന് ആമുഖവും ഉപസംഹാരവും ഉണ്ടായിരിക്കണം. വിഷയാവതരണമാണ് ആമുഖം. വിഷയത്തെ സമ്പൂർണ്ണമാക്കി അവസാനിപ്പിക്കുന്നതാണ് ഉപസംഹാരം. പ്രധാന ആശയത്തെ പോഷിപ്പിക്കാനുള്ള തെളിവുകളോ ഉദ്ധരണികളോ ഉദാഹരണങ്ങളോ നല്കാവുന്നതാണ്. ഒരു ഖണ്ഡികയിലാക്കരുത് ഉപന്യാസം.

ശീർഷകം വിഷയസംബന്ധിയായിരിക്കണം. ജിജ്ഞാസയുളവാക്കുംവിധം ഹൃദയസ്പർശകവുമാകണം. ദീർഘമല്ലാത്ത, ഹ്രസ്വമായ ശീർഷകത്തിനാണ് സൗന്ദര്യം.

25 ഉപന്യാസവിഷയങ്ങളെ പരിചയപ്പെടാം.

ഉള്ളടക്കം

സ്നേഹമാണ് ഗുരു

ഗുരു എന്നാൽ ഇരുട്ടിനെ ദൂരികരിച്ചവൻ എന്നാണർത്ഥം. ഓരോ കാലത്തിലും അടിഞ്ഞുകൂടുന്ന തിന്മകളുടെ ഇരുട്ടിനെ ഇല്ലാതാക്കാൻ സത്യാത്മാവായ ഗുരു സംഭവിക്കുന്നു. ഇരുട്ടിനെ നീക്കി സത്യത്തെ സാക്ഷാത്കരിക്കാനുള്ള ഗുരുവിന്റെ വജ്രശക്തി അപാരമായ സ്നേഹമാണ്. ശാന്തിഗിരി ആശ്രമ സ്ഥാപകനായ നവജ്യോതിശ്രീ കരുണാകരഗുരുവും സ്നേഹത്തിലാണ് സ്വന്തം ദർശനങ്ങളും കർമ്മങ്ങളും കെട്ടി ഉയർത്തിയത്. ഗുരു സ്നേഹത്തെക്കുറിച്ച് തിരുവചിച്ചത് ഇങ്ങനെയാണ്. "സ്നേഹം ഉറവയാണ്. ഒഴുകിയൊഴുകി എല്ലാവരെയും കൂട്ടിയൊഴുകണം. സാഗരത്തോടു ചേരുമ്പോഴേക്ക് ഏറ്റവും വലിയ ജലപ്പരപ്പായിടും."

രോഗാതുരമായ ഈ തരിശുകാലത്തിന് സ്നേഹത്തേക്കാൾ വലിയ ദിവ്യൗഷധമെന്താണ്? ലോകത്തിന് ഏക ആത്മരക്ഷയായ സ്നേഹം സ്വാർത്ഥതയിലും സ്വകാര്യതയിലും വ്യക്തിപരതയിലും മാത്രം ഒടുങ്ങുന്ന ഒന്നാകരുതെന്ന് ഗുരുവിന് നിഷ്കർഷയുണ്ട്. അത് കവി വിശേഷിപ്പിച്ചത് പോലെയുള്ള 'ലോകാനുരാഗം' ആകണം. വിശാലതകളിലേക്ക് പ്രവാഹങ്ങൾ ഇല്ലെങ്കിൽ, ഉറവിടത്തിൽ തന്നെ കെട്ടി നിൽക്കുമ്പോൾ, എല്ലാ ഉറവകളും കെട്ടുനശിച്ച് ദുർഗന്ധം വമിച്ച് കീടങ്ങളുടേയും രോഗാണുക്കളുടേയും ആഹാരമാകും. പരനിലേക്ക് ഒഴുകാത്ത സ്വാർത്ഥപരമായ സ്നേഹത്തിന്റെ അവസ്ഥയും അതു തന്നെയാണ്. സ്വാർത്ഥതയെ ഭേദിച്ച് സഹജീവികളിലേക്ക്, മറ്റ് ജീവജാലങ്ങളിലേക്ക്, മനുഷ്യരാശിയിലേക്ക്, വിശ്വപ്രകൃതിയിലേക്ക് വളരുമ്പോൾ ത്യാഗം, കാരുണ്യം തുടങ്ങിയ മാനവികതയുടെ മഹാകൊടുമുടികളെ സ്നേഹം സാക്ഷാത്കരിക്കുന്നു. അവിടെ ജാതി-മത-വർഗ്ഗ-വർണ്ണ-ലിംഗഭേദങ്ങളില്ല. അങ്ങനെയൊരു സ്നേഹത്തെ പ്രാപിച്ചവൻ വിശ്വപൗരനായിരിക്കും. ആ സ്നേഹം തന്നെയാണ് മഹത്തായ ഈശ്വരസേവ എന്നാണ് ഗുരു ലോകത്തോട് പറഞ്ഞത്.

'നാടു കത്തുമ്പോൾ വീടിനെ മാത്രം രക്ഷിക്കാമെന്ന് തോന്നുന്നുണ്ടോ?' എന്ന ഗുരുവിന്റെ ചോദ്യം സ്വാർത്ഥസ്നേഹമെന്ന വ്യർത്ഥതയെ മറികടന്ന്

വിശ്വസ്നേഹത്തിലെത്താനുള്ള ആഹ്വാനമാണ്. നമ്മുടെ സ്നേഹം ഇന്ന് കുടുംബത്തിൽ മാത്രം തളംകെട്ടി നിൽക്കുകയാണ്. അവിടത്തെ ബന്ധങ്ങളാകട്ടെ, സ്വാർത്ഥതയിലും ലോഭാസക്തിയിലും ഭോഗതൃഷ്ണകളിലും മുഴുകിയിരിക്കുന്നു. സ്ത്രീ-പുരുഷ ബന്ധത്തിലെ ധാർമ്മികത നഷ്ടപ്പെട്ടിരിക്കുന്നു. മോചനമില്ലാത്ത കെട്ടുപാടുകളുടെ വേദിയാണിന്ന് ഗാർഹസ്ഥ്യം. പുതിയ മനുഷ്യൻ അതിനോട് പൂർണ്ണമായി അടിയറവ് പറഞ്ഞതുകൊണ്ട് അയാൾക്ക് സമൂഹത്തോടും ലോകത്തോടും വിശ്വപ്രകൃതിയോടുമുള്ള ബന്ധവും കടമയും വിച്ഛേദിക്കപ്പെടുന്നു. കാരുണ്യവും സഹാനുഭൂതിയും നഷ്ടപ്പെട്ട് ഒരു പൂർണ്ണമനുഷ്യനാകാൻ, വിശ്വപൗരനാകാൻ കഴിയാതെ പുതിയ മനുഷ്യൻ കുടുംബത്തിൽ ഉറഞ്ഞുപോകുന്നു. ഈ ദുരവസ്ഥ മുൻകൂട്ടി കണ്ട ഗുരു അശാന്തമായി ഇങ്ങനെ തിരുവചിച്ചു. "ഭാര്യ, ഭർത്താവ്, മക്കൾ എന്നിങ്ങനെ വണ്ടിചക്രം പോലെ ഉരുണ്ടു തേഞ്ഞു തീരുകയല്ലാതെ സ്വന്തം ജീവനുവേണ്ടി നിങ്ങൾ എന്തെങ്കിലും ചെയ്യുന്നുണ്ടോ?"

മനുഷ്യന്റെ സത്തയ്ക്ക് ഭൗതികം, ആത്മീയം എന്നീ സമാന്തരതലങ്ങളുണ്ട്. മാതാപിതാക്കളിൽ നിന്ന് ജനനം കൊണ്ട് അവരുടെ സ്നേഹവും സംരക്ഷണവും സ്വീകരിച്ച് വളർന്ന്, ഇരതേടി, ഇണതേടി, സന്തതിയും സമ്പത്തും സമ്പാദിച്ച് ധർമ്മാർത്ഥകാമങ്ങളിലൂടെ ലൗകികമായ പുരുഷാർത്ഥങ്ങൾ സഫലമാക്കി മോക്ഷം നേടുന്നതാണ് ഭൗതികതലം. അത് അനിവാര്യമാണെന്നും അതിന്റെ വേദിയായ ഗാർഹസ്ഥ്യം ശ്രേഷ്ഠമാണെന്നും ഗുരുവിന്റെ തിരുവചസ്സുകളിലുണ്ട്. പക്ഷേ, ആ ഗാർഹസ്ഥ്യം ലോകരക്ഷക്ക് ഉതകുന്ന ധർമ്മത്തെ ലക്ഷ്യം വയ്ക്കണം. അത് സുഖഭോഗങ്ങൾക്ക് ആടിത്തിമിർക്കാനുള്ള അന്ധവേദിയല്ല എന്ന് ഗുരു ഉപദർശിച്ചിരുന്നു. "ധർമ്മത്തിലും കർമ്മത്തിലും സന്ന്യാസിമാരെ കവച്ചുവെക്കേണ്ടവരാണ് ഗൃഹസ്ഥാശ്രമികൾ" എന്ന് ഗുരു ഉദ്ബോധിപ്പിക്കുന്നുണ്ട്. ഭാരതീയ ദർശനങ്ങൾ ഗാർഹസ്ഥ്യത്തിന്റെ മഹനീയതയെ ഉദ്ഘോഷിക്കുന്നതിനെ ഗുരുവും അംഗീകരിക്കുന്നു. ഗാർഹസ്ഥ്യം ധർമ്മാനുഷ്ഠാനമാണ് എന്ന ആശയത്തിൽ നിന്നാണ് ധർമ്മപത്നി, സഹധർമ്മിണി തുടങ്ങിയ പദങ്ങളുടെ ആവിർഭാവം. ആധുനിക സമൂഹം പ്രയോഗിക്കുന്ന ഭാര്യ, ഭർത്താവ് തുടങ്ങിയ പദങ്ങൾ സ്ത്രീ-പുരുഷ ബന്ധത്തിനിടയിലെ അസമത്വവും ഉച്ചനീചത്വവുമെല്ലാം പേറുകയാണ് -ഭരിക്കപ്പെടേണ്ടവൾ, ഭരിക്കുന്നവൻ എന്നിങ്ങനെയാണ് യഥാക്രമം ആ പദങ്ങൾക്ക് അർത്ഥം.

സത്തയുടെ മറുതലം ആത്മീയതയുടേതാണ്. അതിനുള്ള ഏകാഗ്രവും ധ്യാനാത്മകവുമായ സാക്ഷാത്കാരവേദിയാണ് സന്ന്യാസം. അവിടെ കാമക്രോധമോഹലോഭങ്ങളും രാഗദ്വേഷങ്ങളും ത്യജിച്ച് സത്ത സ്വാതന്ത്ര്യവും ഭാരരഹിതവുമാകുന്നു. സന്ന്യാസവും ലോകമോചനത്തിനാകണമെന്ന് ഗുരു നിഷ്കർഷിക്കുന്നു. ലോകസേവനമാണ് ദൈവത്തിലേക്കുള്ള മഹാപ്രവേശമൊരുക്കുന്നത്. ആത്മാവിന്റെ അർത്ഥവും

ശാന്തിയും അന്വേഷിക്കുന്നതുപോലെ പരമപ്രധാനമാണ് ഗുരുവിന് ലൗകികവ്യഥകൾക്കുള്ള പരിഹാരവും. അതുകൊണ്ട് ശാന്തിഗിരി ആശ്രമത്തിന്റെ മുഖവാക്യം "അന്നദാനം, ആതുരസേവനം, ആത്മബോധനം" എന്നായി. വിശക്കുന്നവന് അന്നമാണ് ദൈവം. രോഗപീഡിതന് ചികിത്സയും അങ്ങനെയുള്ളവരിലേക്ക് അതാതിന്റെ ശമനത്തിന് ശേഷം മാത്രമേ ആത്മബോധനം സാധ്യമാകൂ എന്നായിരുന്നു ഗുരുവിന്റെ ഉൾക്കാഴ്ച. വിശന്നവരോടും രോഗികളോടും അനാഥരോടുമുള്ള ഗുരുവിന്റെ നിസ്സീമമായ അലിവിനെ നിരുപാധികമായ അന്നദാനമായും ആതുരസേവനമായും ആശ്രമം ഇന്ന് അതിധന്യതയോടെ നിർവ്വഹിക്കുന്നു.

മഹിതാശയനായ ഈ ലോകഗുരുവിനെ സ്നേഹത്തിലേക്കും കാരുണ്യത്തിലേക്കും വളർത്തിയെടുത്തത് ഒരുപക്ഷേ, പൂർവ്വാശ്രമത്തിലെ കടുത്ത ജീവിതാനുഭവങ്ങളുമായിരിക്കും. കൊല്ലവർഷം 1102-ാം മാണ്ട് ചിങ്ങത്തിലെ ചോതിയിലാണ് (1927 സെപ്തംബർ 1) ഗുരു ഭൂജാതനായത്. മഹാത്മാക്കളായ യേശുദേവൻ, ശ്രീകൃഷ്ണഭഗവാൻ തുടങ്ങിയവരുടെ ക്ലേശഭരിതമായ തിരുപ്പിറവികളുമായി ഈ മഹാനുഭാവന്റെ പിറവിക്കും അനേകതലങ്ങളിൽ സാദൃശ്യമുണ്ട്. ഓലകൊണ്ട് മേഞ്ഞതും അലകുകൊണ്ട് വരിഞ്ഞതുമായ മാതൃഗൃഹമായിരുന്നു ആ മഹത്തായ പിറവിക്കു വേദിയൊരുക്കിയത്. ആലപ്പുഴ ജില്ലയിൽ ചേർത്തല താലൂക്കിൽ ചന്തിരൂർ ഗ്രാമത്തിലെ ചിറ്റേക്കാട് വീടായിരുന്നു. അത് വിദ്യ, ധനം, പ്രതാപം തുടങ്ങിയവയിലൊന്നും മുൻപന്തിയിലല്ലാത്ത ഒരു സാധാരണ ഭവനമായിരുന്നു അത്. പാണാവള്ളി കാവളത്തു ചിറ്റിയിൽ വീട്ടിൽ ശ്രീ. ഗോവിന്ദനും ചിറ്റേക്കാട്ടു ഭവനത്തിൽ ശ്രീമതി കാർത്യായനിയുമാണ് ഗുരുവിന്റെ മാതാപിതാക്കൾ. മരണതുല്യമായ വേദന അനുഭവിച്ചുകൊണ്ടാണ് കുഞ്ഞിനെ പ്രസവിച്ചതെന്നും കുഞ്ഞിന്റെ പിറവിക്കരച്ചിൽ തികഞ്ഞ പുരുഷശബ്ദത്തിലായിരുന്നു എന്നും അമ്മ ഓർത്തുവെച്ചിരുന്നു. ബലാരിഷ്ടതകളിൽ യാതാനാപൂർണ്ണമായിരുന്നു കുഞ്ഞിന്റെ ആദ്യനാളുകൾ. പിറന്നതിന്റെ പിറ്റേ ദിവസം തന്നെ അതിമാരകമായ വസൂരിരോഗം പിടിപ്പെട്ട് മരണാസന്നനായി. പിന്നീട് അദ്ഭുതകരമാംവിധം രക്ഷപ്പെടുകയായിരുന്നു. കുഞ്ഞിന് 9-ാം മാസം ആയപ്പോൾ അച്ഛൻ മരിച്ചു. അഞ്ചു വയസ്സുവരെ കുഞ്ഞ് സംസാരിച്ചിരുന്നില്ലത്രെ. അപൂർവ്വവും സവിശേഷവുമായൊരു വ്യക്തിത്വം ശൈശവത്തിൽ തന്നെ പ്രകടമായിരുന്നു. നെഞ്ചിനുള്ളിൽ അവാച്യമായ ഒരു പ്രകാശം എരിഞ്ഞു നിൽക്കുന്നതായി കുഞ്ഞുനാളിൽ ഗുരുവിന് അനുഭവപ്പെട്ടിരുന്നു. ആരോടും അധികം സംസാരമില്ല. കളിതമാശകളില്ല. എപ്പോഴും ധ്യാനത്തിലെന്നപോലെ ഏകാന്ത ചിന്താമൂകൻ. ശുചിത്വത്തിലും അടുക്കിലും ചിട്ടയിലും കർക്കശ സ്വഭാവം. ഇവയെല്ലാം കണ്ട് "സ്വാമിമോൻ' എന്നാണ് അമ്മ വിളിച്ചിരുന്നത്.

എല്ലാ മഹാന്മാരും യാതനാനിർഭരമായ അനുഭവങ്ങളുടെ തീച്ചൂള യിലൂടെ കടന്നുപോയിട്ടുണ്ട്. ഉരുക്കുംതോറും തെളിയുന്ന സ്വർണ്ണം പോലെ, ഓരോ തീവ്രാനുഭവവും അവരുടെ വ്യക്തിത്വത്തെ കൂടുതൽ തേജോമയമാക്കുന്നു, കരുണാകരഗുരുവിന്റെ ജീവിതവും അങ്ങനെയായി രുന്നു. പിറന്ന് 9-ാമത്തെ മാസത്തിൽ അച്ഛനെ നഷ്ടപ്പെട്ട് പിതാവിന്റെ സംരക്ഷണമില്ലാതെ വളർന്ന കുഞ്ഞിന്റെ ദുരിതങ്ങൾ എത്ര കഠിന മായിരിക്കുമെന്ന് ഊഹിക്കാവുന്നതേയുള്ളൂ. ഗുരുവിന് 10 വയസ്സുള്ളപ്പോൾ മാതാവ് പുനഃർവിവാഹിതയായി. അങ്ങനെ കഠിനമായ അനാഥത്വവും അരക്ഷിതത്വവും ആ ബാല്യത്തെ ഇരുട്ടിലാഴ്ത്തി. രണ്ടാനച്ഛന്റെ മദ്യപാനവും ക്രൂരമായ പെരുമാറ്റങ്ങളും ആ കുരുന്നു ജീവിതത്തെ ദുസ്സഹമാക്കി. ബാലനായിരിക്കുമ്പോൾ പോലും വീട് പുലർത്താൻ കയർ ഫാക്ടറിയിൽ ജോലി ചെയ്യേണ്ടിവന്നു. നാട്ടിലെ ആശാൻ പള്ളിക്കൂട ത്തിൽ മൂന്നുവർഷത്തോളമായി തുടർന്നുകൊണ്ടിരുന്ന വിദ്യാഭ്യാസം അതോടെ നിലച്ചു. രണ്ടാനച്ഛന്റെ പീഡനങ്ങൾ അസഹ്യമായപ്പോൾ പതി നാലാം വയസ്സിൽ വീട് വിട്ടിറങ്ങി. ജീവന്റെ അർത്ഥവും ശാന്തിയും കണ്ടെത്താനുള്ള അദമ്യമായ പ്രേരണയുമുണ്ടായിരുന്നു ആ മഹായാന ത്തിനു പിറകിൽ. അങ്ങനെയാണ് കാലടിയിലെ ആഗമാനന്ദ സ്വാമി കളുടെ ആശ്രമത്തിൽ എത്തിയത്. അവിടെനിന്നും ആലുവയിലെ അദ്വൈ താശ്രമത്തിലേക്കായിരുന്നു യാത്ര. പിന്നീട് ശ്രീനാരായണഗുരുദേവന്റെ ശിവഗിരിയിലെത്തിയത് ജീവിതത്തിലെ വലിയൊരു വഴിത്തിരിവായി മാറി. പൂജാപുഷ്പങ്ങൾ ശേഖരിക്കൽ, മുറ്റംതൂക്കൽ, അടുക്കളപ്പണി, അതിഥി പരിചരണം, മഠാധിപതിയെ ശുശ്രൂഷിക്കൽ തുടങ്ങിയവയാണ് തുടക്ക ത്തിൽ അവിടെ ചെയ്തുവന്ന ജോലികൾ. പിന്നീട് ശ്രീനാരായണ സമാധി യിൽ ശാന്തിക്കാരനായി. ഗുരുദേവനെ നേരിട്ട് കണ്ടിട്ടില്ലെങ്കിലും ആ പാവനസ്മൃതിയിൽ ഭക്തിനിർഭരമായിരുന്നു ആ നാളുകൾ. അധികരിച്ച ജോലികൾക്കിടയിലും ഗുരുദേവൻ ധ്യാനിച്ചിരുന്ന കൊടിതൂക്കിമലയിൽ രണ്ടു നേരം ധ്യാനിക്കാനുള്ള സമയം കണ്ടെത്തി. പതിനേഴ് വർഷ ത്തോളം ഗുരുദേവന്റെ വിവിധ ആശ്രമങ്ങളിൽ സേവനമനുഷ്ഠിച്ചു. അതി നിടയിൽ സംഭവിച്ച ഋഷി ഷിർദ്ദിസായിബാബയുടെ ദർശനം, പഠാണി സ്വാമികളുടെ ശിഷ്യത്വം തുടങ്ങിയവ ആത്മീയബോധത്തെ ആഴ പ്പെടുത്തി. ശിവഗിരിക്കുന്നുകളുടെ വടക്കുഭാഗത്തുള്ള ഒരു കുന്നിൽ പൂജയും ധ്യാനവുമായി കഴിഞ്ഞപ്പോൾ ആ കുന്നിന് ശാന്തിഗിരി എന്ന പേരുണ്ടായി. കരുണാകരശാന്തിയുടെ ഗിരി എന്നർത്ഥം. രോഗങ്ങളും ക്ലേശങ്ങളും കൊണ്ട് പൊറുതി മുട്ടിയ ഒട്ടേറെ പേർ ഇവിടെ വന്നു ഗുരു വിനെ കണ്ട് ശാന്തിനേടി തിരിച്ചുപോയി. ക്രമേണ അവിടെ അന്നദാനം ആതുരസേവനം തുടങ്ങിയ ജീവകാരുണ്യവൃത്തികളുടെ മഹനീയവേദി യായി മാറി.

1964-ലാണ് തിരുവനന്തപുരം ജില്ലയിലെ പോത്തൻകോട്ടെ പൂലന്തറയിൽ കാടുപിടിച്ചു കിടന്നിരുന്ന ദാനം കിട്ടിയ ഭൂമിയിൽ ഗുരു ശാന്തിഗിരി ആശ്രമം പണിതത്. ആ ആശ്രമം ജീവിതക്ലേശങ്ങളിലുഴറുന്നവരുടേയും തീർത്ഥാടകരുടേയും സങ്കേതമായി മാറി. പിന്നീട് 1986 ഒക്ടോബർ 20-ന് (1162 തുലാം 3) ഇപ്പോഴുള്ള ആശ്രമത്തിന്റെ ശിലാസ്ഥാപനം ഗുരു നിർവ്വഹിച്ചു.

"സത്യത്തിൽ അധിഷ്ഠിതമായ ഒരു ലോകസംസ്കാരം വളർത്തിയെടുക്കുക" എന്ന സ്വപ്നമാണ് ശാന്തിഗിരി ആശ്രമം സ്ഥാപിച്ചതിനു പിറകിൽ ഗുരുവിനുണ്ടായിരുന്നത്. "വാക്കാണ് സത്യം, സത്യമാണ് ഗുരു, ഗുരുവാണ് ദൈവം". എന്ന ആപ്തവൈഖരി അവിടെയെത്തുന്ന ഓരോ തീർത്ഥാടകന്റേയും വിശ്വാസിയുടേയും ബോധത്തിൽ അഭൗമ ശക്തിയോടെ മുഴങ്ങുന്നു.

1999 മെയ് 6-ന് ഗുരു ഭൗതിക ശരീരം ത്യജിച്ച് ആദിസങ്കല്പത്തിൽ ലയിച്ചു. ആ ദിനം 'നവഒലിജ്യോതിർദിനം' എന്നറിയപ്പെടുന്നു. ഒരു വ്യാഴവട്ടക്കാലം കൊണ്ട് സമർപ്പിത മനസ്കരായ ശിഷ്യപരമ്പര ആശ്രമത്തിന്റെ നിർമ്മാണം പൂർത്തിയാക്കി. ആ വെണ്ണക്കൽ താമരയ്ക്കകത്ത് ഗുരുവിന്റെ തിരുശരീരം കുടികൊള്ളുന്നു.

ഗുരുവിന്റെ സ്വപ്നസാക്ഷാത്ക്കാരമായ ശാന്തിഗിരി ആശ്രമം ഇന്ത്യക്കകത്തും പുറത്തും അനേകം ഉപാശ്രമങ്ങളോടെ വ്യാപിച്ചു കിടക്കുന്ന ഒരു മഹാപ്രസ്ഥാനമാണിന്ന്. മതാതീയ ആത്മീയതയെ ഉയർത്തിപ്പിടിച്ചു കൊണ്ട് ലോകത്തിന്റെ സർവ്വമാന രോഗാവസ്ഥകൾക്കും പ്രതിവിധി കണ്ടെത്താനുള്ള ശ്രമത്തിൽ ആശ്രമം മുൻപന്തിയിലാണ്.

ഒരു ഈസ്റ്റർ ചിന്ത

പ്രപഞ്ചത്തിന്റെ ഏറ്റവും ഉദാത്തമായ ശൈലി പ്രത്യാശയാണ്. ഇരുട്ടിന് വെളിച്ചത്തെ, രാത്രിക്ക് ഉഷസ്സിനെ, വേനലിന് വർഷത്തെ, മരുഭൂമിക്ക് നീർത്തടത്തെ, പ്രളയത്തിന് സൃഷ്ടിയെ, കടലിന് കരയെ, മൃതിക്ക് ജനിയെ, ദ്വേഷത്തിന് സ്നേഹത്തെ, തിന്മയ്ക്ക് നന്മയെ പീഡകളുടെ ശരീരത്തിന് ശാന്തിയുടെ ആത്മാവിനെ എല്ലാം നല്കി ഈ പ്രപഞ്ചം തന്നിലുള്ള ജീവിതങ്ങളെ പ്രത്യാശയിലേക്ക് നയിക്കുന്നു. നമ്മുടെ യുഗ സങ്കല്പം പോലും പ്രത്യാശയിലാണ് അധിഷ്ഠിതമായിട്ടുള്ളത്. പാതാള ത്തിലേക്ക് ചവിട്ടിത്താഴ്ത്തിയിട്ടും ഒരു നീതിമാൻ ഉയിർത്തുവരുന്നാ ണല്ലോ ഓണം. ധർമ്മത്തിന്റെ മൂന്നുപാദങ്ങളും നഷ്ടപ്പെട്ട കലിയുടെ കട്ടിപ്പുകയ്ക്കപ്പുറം ധർമ്മത്തിന് നാലു കാലുകളും തിരിച്ചുകിട്ടുന്ന സത്യ യുഗം സംഭവിക്കുന്നു. പ്രത്യാശയെന്ന ജീവനസംഗീതത്തിന്റെ ഏറ്റവും നിർഭരവും മഹനീയവുമായ ആലാപനമാണ് ക്രിസ്തുവിന്റെ ഉയിർത്തെ ഴുന്നേല്പ് ദിനമായ ഈസ്റ്റർ. ക്രിസ്തുവെന്ന സ്നേഹവും കരുണയും അവയില്ലാത്ത ഈ തരിശുകാലത്തിലേക്ക് ഉയിർക്കുമ്പോൾ അത് നമുക്ക് പ്രത്യാശയുടെ വസന്തഘോഷമാകുന്നു.

യേശു നമ്മുടെ പുറമേയുള്ള പൊരുളല്ല. നാം തന്നെയാണ്. അദ്ദേഹം സ്വജീവിതത്തിലൂടെ കടത്തിവിട്ട കൊടും യാതനകൾ, ഒറ്റപ്പെടൽ, തിര സ്ക്കരിക്കപ്പെടൽ, ഒറ്റുകൊടുക്കപ്പെടൽ, വ്രണിതനായുള്ള ഗാഗുൽത്താ യാത്ര, കുരിശാരോഹണം, ഒമ്പതാം മണിക്കൂറിലെ ഹതാശമായ നില വിളി ഇവയെല്ലാം പല രൂപഭാവങ്ങളിൽ കാളക്കൂടം പോലെ നമ്മളും പാനം ചെയ്തിട്ടുണ്ട്. അങ്ങനെ ക്രിസ്തുവിന്റെ ഉയിർത്തെഴുന്നേല്പ് നാമോരോരുത്തരുടേയും മനുഷ്യവംശത്തിന്റെ ആകെത്തന്നേയും പ്രത്യാശയിലേക്കുള്ള വീണ്ടെടുപ്പാണ്.

ക്രിസ്തുവിനെ കൊടിയ യാതനകളിലേക്ക് നയിച്ച സന്ദർഭങ്ങളും വ്യക്തികളും ആധുനിക സമൂഹത്തിലുമുണ്ട്.

പിടിക്കപ്പെടുന്നതിനും ഒറ്റുകൊടുക്കപ്പെടുന്നതിനും മുമ്പ് വരാനിരി ക്കുന്ന പീഡാനുഭവങ്ങൾ സഹിക്കുന്നതിനുള്ള ശക്തിക്കായി യേശു

കുന്നിൻമുകളിൽ പ്രാർത്ഥിക്കാൻ പോയി. "ഈ രാത്രി നിങ്ങൾ എനിക്കു വേണ്ടി ഉറങ്ങാതിരിക്കണം. നാമൊരുമിച്ചുള്ള അവസാന രാത്രിയാണിത്." എന്ന് അദ്ദേഹം ശിഷ്യന്മാരോടു പറഞ്ഞു. പ്രാർത്ഥന കഴിഞ്ഞ് തിരിച്ചു വന്ന യേശു കണ്ടത് കൂർക്കം വലിച്ചുറങ്ങുന്ന തന്റെ ശിഷ്യന്മാരെയാണ്. യേശു ഏറ്റവും ഹതാശനും വ്യഥിതനും ഏകാകിയുമായ സന്ദർഭമായിരുന്നു അത്. സ്വാർത്ഥംഭരികളായ, ഒരു നിമിഷം പോലും അപരന് വേണ്ടി നീക്കിവെത്താനാകാത്ത, ഉണർന്നിരിക്കേണ്ട സമയത്ത് അന്ധമായി ഉറങ്ങുന്ന പ്രജകൾ ആധുനികസമൂഹത്തിൽ നിറയുകയാണല്ലോ. അവർക്കുവേണ്ടി സ്വയം ഹോമിക്കുന്ന മഹാത്മാക്കളുമുണ്ടാകാം. കൊടും ക്രൂരനായ ബറാബസ്സിനെയാണോ സാധുവായ യേശുവിനെയാണോ മോചിപ്പിക്കേണ്ടത് എന്ന് അന്നത്തെ നീതിപീഠം ചോദിച്ചപ്പോൾ 'ബറാബസ്സിനെ മോചിപ്പിക്കു, യേശുവിനെ കുരിശിലേറ്റുക' എന്ന് അദ്ദേഹത്തിന്റെ സ്വന്തം ജനത വിധിച്ചു. മഹാത്മാക്കൾക്ക് ബലിയുടെ ചുവന്ന പുറങ്കുപ്പായം നല്കുകയും ബറാബസ്സുമാർക്കുവേണ്ടി കാഹളമൂതുകയും ചെയ്യുന്നവരെ നമുക്ക് അപരിചിതമല്ല. അവരെ സംരക്ഷിക്കുന്ന നീതിപീഠങ്ങൾക്കുള്ള വേട്ടക്കാരന്റെ പൈശാചികമുഖം കണ്ട് നാം നടുങ്ങിയിട്ടുണ്ട്. കുരിശിൽ തറച്ച ഒമ്പതാം മണിക്കൂറിൽ വേദനയുടെ പാരമ്യത്തിൽ യേശു നിലവിളിക്കുന്നു. "പിതാവേ നീയുമെന്നെ കൈവെടിഞ്ഞല്ലോ" ജിവിതമെന്ന യുദ്ധക്കളത്തിൽ ഉറ്റവരാരുമില്ലാതെ ഹതാശമാകുമ്പോൾ ഈ നിലവിളിയിലൂടെ ഒരുനിമിഷമെങ്കിലും കടന്നുപോകാത്തവരായി ആരുണ്ട്?

യേശുവെന്നാൽ പ്രത്യേകമായ സ്ഥലകാലങ്ങളിൽ ഉറഞ്ഞുപോകുന്ന ആശയമല്ല. ഒരു മഹാത്മാവും അങ്ങനെ ഉറഞ്ഞുപോകരുത്. സ്ഥലകാലങ്ങളുടെ പരിണതിയിൽ നവംനവങ്ങളായ ആശയങ്ങളായി അവർ ഉയിർത്തെഴുന്നേല്ക്കണം. സ്നേഹസ്വരൂപനും അഹിംസാമൂർത്തിയും സഹനരൂപിയുമായ യേശുവിനെയാണ് ഒരു കാലഘട്ടത്തിന് വേണ്ടിയിരുന്നത്. ആ ജനത പാപങ്ങളിൽ നിന്ന് മോചിതരാകാൻ ഒരു നീതിമാന്റെ രക്തത്തിലൂടെ സ്നാനപ്പെടണമായിരുന്നു, സ്വന്തം ജനതയ്ക്കുവേണ്ടിയുള്ള പ്രായശ്ചിത്തമായിരുന്നു യേശുവിന്റെ രക്തസാക്ഷിത്വം.

ഈ സ്ഥലകാലങ്ങളിലേക്ക് യേശുവിനെ വിവർത്തനം ചെയ്യുമ്പോൾ ആ മഹാസ്നേഹത്തിന് രോഷത്തിന്റെ നിറംമാറ്റം കൂടി വേണ്ടിയിരിക്കുന്നു. സ്നേഹമെന്നാൽ സഹനവും അനുതാപവും മാത്രമല്ല, രോഷം കൂടിയാണ്. വാല്മീകിയുടെ സ്നേഹംപോലെ. ഇണപ്പക്ഷികളിലൊന്നിനെ അമ്പെയ്തു കൊന്ന വേടനോട് രോഷം കൊണ്ടാണ് അദ്ദേഹം മറു പക്ഷിയോട് അനുതപിച്ചത്. പിന്നീട് സീതയെന്ന സ്ത്രീയുടേയും ശംബൂകൻ എന്ന ദളിതന്റേയും പക്ഷത്ത് നിലയുറപ്പിക്കുമ്പോൾ അവർക്കെതിരെയുള്ള വ്യവസ്ഥാപനങ്ങളെയെല്ലാം രോഷത്തോടെ വിചാരണ ചെയ്തു കവി.

"ഞാൻ സമാധാനമാണ് കൊണ്ടുവന്നിരിക്കുന്നത് എന്ന് നിങ്ങൾ കരുതേണ്ട; ഞാൻ വാളാണ് കൊണ്ടുവന്നിരിക്കുന്നത്" എന്ന് സുവിശേഷങ്ങളിൽ ആവർത്തിക്കുന്ന യേശുവിനേയും ഈ കാലത്തിന് ആവശ്യമുണ്ട്. ആ വാളുകൊണ്ട് സമൂഹത്തിലെ തിന്മകളേയും ആസുരതകളേയും വെട്ടി വീശണം. "വെള്ള പൂശിയ കുഴിമാടങ്ങളേ!" എന്ന് വിളിച്ച് അന്നത്തെ കള്ളപുരോഹിതന്മാർക്കു നേരെ വീശിയടിച്ച ആ ചാട്ടവാറിനേയും ഈ സമൂഹത്തിലേക്ക് വിളിച്ചുവരുത്തേണ്ടിയിരിക്കുന്നു. അത് ഇവിടെ ആടിത്തിമിർക്കുന്ന കാപട്യങ്ങളിൽ ആഞ്ഞാഞ്ഞ് പതിക്കണം.

ബൈബിളിൽ പറയുന്നു. "ചൂളപോലെ കത്തുന്ന ഒരു ദിനമുണ്ട്. അതിൽ ബെൽസെബൂൻമാർ (പിശാചുക്കളുടെ തലവൻ) വൈക്കോൽ പോലെ കത്തിയമരും. പുതിയൊരു പുലരിയുമായി നീതിസൂര്യൻ ഉദിച്ചു പൊങ്ങും." അത് നമ്മുടെ സ്വപ്നമാണ്.

യേശു ഒരു പരമ്പരയാണ്.

പഴയനിയമത്തിലെ ആണ്ടുപാതിയിൽ വലതുവശത്തേക്ക് തിരിഞ്ഞു കിടന്നുറങ്ങുമ്പോൾ ജനതയുടെ പാപം സ്വയമേല്ക്കുന്ന എസെക്കിയേൽ, ജനതയുടെ വേദനകളെല്ലാം സ്വയമേല്ക്കുന്ന ജെറമിയാ, സത്യത്തിനു വേണ്ടി രക്തസാക്ഷിയായ യോഹന്നാൻ, ജനതക്ക് അഭയമൊരുക്കാൻ ചെങ്കടലും മരുഭൂമിയും താണ്ടിയ മോശ, ജീവന്റെ പെട്ടകമൊരുക്കിയ നോഹാ തുടങ്ങിയ പ്രവാചകന്മാരും ആ പരമ്പരയിലെ പൂർവ്വരൂപങ്ങളാണ്. ഒരു കാലത്തെ വചനമഹസ്സുകൾ കൊണ്ട് പ്രകാശിപ്പിച്ച അവരും നമുക്കുവേണ്ടി സ്വർഗ്ഗത്തിൽ നിന്ന് ഇറങ്ങിവന്ന 'അപ്പം' ആണ്. ഈ ജീവിത മരുഭൂമിയിലെ യാത്രക്കാരായ നമുക്ക് പാതയും കാഴ്ചയും നല്കാൻ അവർ അഗ്നിസ്തംഭവും മേഘസ്തംഭവുമായി എരിഞ്ഞു. ഈ സമൂഹത്തിലും ആ പരമ്പരയ്ക്ക് അനുബന്ധമുണ്ടാകട്ടെ എന്ന് പ്രതീക്ഷിക്കാം. അങ്ങനെ,

"കണ്ണീരോടെ വിതയ്ക്കുന്നവൻ
ആനന്ദഘോഷത്തോടെ കൊയ്തെടുക്കും
വിത്തുചുമന്നുകൊണ്ട് വിലാപത്തോടെ.
വിതക്കാൻ പോകുന്നവൻ കറ്റ ചുമന്നുകൊണ്ട്
ആഹ്ലാദത്തോടെ വീട്ടിലേക്ക് മടങ്ങും."

ക്രിസ്തുവിന്റെ പഞ്ചക്ഷതങ്ങളിൽ നിന്നിറ്റിയ രക്തം നാം ഹൃദയത്തിൽ ഏറ്റുവാങ്ങുക. അതുകൊണ്ട് ഈ പുതുസമൂഹം ശുദ്ധവും ഉർവ്വരവുമാകട്ടെ.

നമ്മുടെ ആഘോഷങ്ങൾ -
പ്രാർത്ഥനയും താക്കീതും

ഓണം, വിഷു തുടങ്ങിയ നമ്മുടെ ആഘോഷങ്ങൾ നമുക്ക് ഓർമ്മകളുടെ വിരുന്നാണ്. സ്വപ്നങ്ങളുടെ വീണ്ടെടുക്കലാണ്. കാലത്തിന്റെ സന്തുലനമോ പ്രതിരോധമോ ആണ്. ആകാശപ്പാളികളെ കീഴടക്കിയെങ്കിലും നാം പദമൂന്നി നില്ക്കുന്നത് നന്മയുടേയും സ്നേഹത്തിന്റേയും മൂല്യങ്ങളുടേയും സംസ്കാരത്തിന്റേയുമെല്ലാം ചാരക്കൂമ്പാരത്തിലാണ്. അവിടെ നിന്നുകൊണ്ട് കെട്ടിപ്പൊക്കുന്നതാകട്ടെ നിരാർദ്രവും കരുണാരഹിതവുമായ തരിശു ഗോപുരങ്ങളാകുന്ന ജീവിതങ്ങളാണ്. അവിടെ ജീവന്റെ കൂമ്പുകൾ വിടരുകയില്ല. സർഗ്ഗാത്മകതയുടെ ആഹ്ലാദക്കലവറകളുണ്ടാകുന്നില്ല.

ഓരോ ആഘോഷത്തിനും പരിവേഷമായി ഓരോ പുരാവൃത്തമുണ്ട്. മായികവും അയഥാർത്ഥവുമായ അവയുടെ ബാഹ്യതലങ്ങൾക്കപ്പുറം ഓരോ പുരാവൃത്തത്തിനും മനഃശാസ്ത്രപരവും സാമൂഹ്യശാസ്ത്രപരവും നരവംശശാസ്ത്രപരവും തത്ത്വശാസ്ത്രപരവുമൊക്കെയായി ഒട്ടേറെ ആന്തരികമാനങ്ങളുണ്ട്. അവ ഒരു സമൂഹത്തിന്റെ അപ്പാടെയുള്ള സ്വപ്നവും മാനസിക ജീവിതവുമാണ്. മനുഷ്യൻ ജീവിക്കുന്ന ലോകവും അവൻ അഭിലഷിക്കുന്ന ലോകവും തമ്മിലുള്ള വൈരുദ്ധ്യങ്ങൾ കൊണ്ട് ജീവിതം ഇരുണ്ടുപോകുമ്പോൾ പ്രത്യാശയുടെ നിത്യസ്രോതസ്സായി അവ സമൂഹമനസ്സിൽ ഉറവ പൊട്ടുന്നു. അങ്ങനെയാണ് ലോകം സന്തോഷവും സ്നേഹവും നീതിയും ധർമ്മവുമെല്ലാം കൈവിടാതിരിക്കുന്നത്. അതുകൊണ്ടാണ് മനഃശാസ്ത്രജ്ഞനായ കാൾഗുസ്താവ് യുങ് 'പുരാവൃത്തങ്ങളില്ലാത്ത ഒരു സമൂഹം ആത്മരഹിതമാണ്'എന്നു പറഞ്ഞത്.

തിന്മയും അധർമ്മവും ക്രൂരതയും സമൂഹത്തിൽ മേൽക്കൈ നേടുമ്പോൾ നമ്മുടെ അബോധമനസ്സിൽ നിന്ന് അഗ്നിനേത്രങ്ങളോടെ പാപികളെ ശിക്ഷിക്കാൻ കൈയിൽ ദണ്ഡുമായി വരുണ ദേവൻ അവതരിക്കുന്നു. പാപികളെ പേടിപ്പെടുത്താൻ നമ്മുടെ സങ്കല്പത്തിൽ ഓരോ ജീവിയുടേയും പുണ്യപാപക്കണങ്ങൾ പാതാളത്തിലിരുന്ന് തയ്യാറാക്കുന്ന

ചിത്രഗുപ്തനുണ്ട്. മനുഷ്യന്റെ ലോഭാന്ധതയ്ക്ക് കാലപാശവുമായി വരുന്ന ധർമ്മമൂർത്തിയായ മരണദേവൻ താക്കീത് നല്കുന്നു. അവരുടെയെല്ലാം ധർമ്മരോഷങ്ങളിൽ നാം എരിഞ്ഞു തീരുമ്പോൾ അഗ്നിശുദ്ധിയോടെ നമുക്കൊരു പുനരുത്ഥാനമുണ്ടാകുന്നു. നാമങ്ങനെ പുനരുദ്ധരിക്കപ്പെടണം.

ഓണം എന്ന സങ്കല്പത്തെ ഈ ഇരുണ്ട കാലത്തിലേക്ക് വിവർത്തനം ചെയ്യുമ്പോൾ നാമതിന്റെ 'താക്കീത്' എന്ന ദൗത്യത്തിനാണ് ഊന്നൽ കൊടുക്കേണ്ടത്. ഓണം, കാണം വിറ്റും നേടുന്ന ബാഹ്യമോടികളും ആഹ്ലാദത്തിമിർപ്പുകളുമല്ല, അത് ഓർമ്മപ്പെടുത്തലാണ്. കവി പറഞ്ഞതുപോലെ 'ഓർമ്മകൾ ഉണ്ടായിരിക്കണം' എന്നതിന് അടിവരയിടലാണ്. അപ്പോൾ മഹാബലിയുടെ മാവേലിനാട് ഓർമ്മകളിൽ ഇങ്ങനെ പൂത്തുലയുന്നു. അവിടെ മാനുഷർ എല്ലാം ഒന്നുപോലെയായിരുന്നു. എല്ലാവർക്കും ആഹ്ലാദമായിരുന്നു. ആർക്കും ആപത്തുകളില്ല. എവിടേയും ആധികളും വ്യാധികളും ഇല്ല. ബാലമരണങ്ങളും സ്ത്രീ പീഡനങ്ങളുമില്ല. നിറഞ്ഞ പത്തായങ്ങൾ. നൂറുമേനി വിളയുന്ന കൃഷിഭൂമികൾ. ഭൂമിമാതാവിൽ സ്വസ്ഥമായി കഴിയുന്ന മക്കൾ. കള്ളമില്ല, ചതിയില്ല, പൊളിവചനമില്ല. കള്ളപ്പറയും ചെറുനാഴിയുമില്ല. ദുഷ്ടരില്ല. അതാത് സമയത്ത് മഴയായും മഞ്ഞായും വെയിലായും പ്രകൃതിയുടെ കുടമാറ്റങ്ങൾ. എങ്ങും സ്നേഹവും സഹവർത്തിത്വവും.

ഇന്നത്തെ നമ്മുടെ ജീവിതമോ?

നാമിന്ന് ചന്തയിൽ വിലപേശി നില്ക്കുന്ന ഒരു ഉപഭോക്താവ് മാത്രം. ലാഭനഷ്ടങ്ങളുടെ കണക്കുകളിലൊടുങ്ങുന്ന ജീവിതത്തിന്റെ ഉടമ. വിലക്കയറ്റം, വറുതി, നീതിനിഷേധം, ആക്രമണങ്ങൾ, പീഡനങ്ങൾ, അഴിമതികൾ ഇവയ്ക്കടിമപ്പെട്ട് ഓരോ നിമിഷവും ജീവിതം ചതഞ്ഞരഞ്ഞു പോകാൻ വിധിക്കപ്പെട്ട പ്രജകൾ.

മഹാബലി മാവേലി നാടിന്റെ ചക്രവർത്തിയായിരുന്നു. നീതിമാനും ധർമ്മിഷ്ഠനും പ്രജാക്ഷേമതല്പരനും സ്നേഹത്താൽ ബലിപുഷ്പമായി പൂവിട്ടവനുമായിരുന്നു. സത്യത്തിനുവേണ്ടി മഹാബലിയെന്ന സ്വന്തം നാമത്തെ അന്വർത്ഥമാക്കി അദ്ദേഹം അസഹിഷ്ണുവായ ഒരു വാമനരൂപം വന്ന് അത് ആകാശത്തോളം വളർന്ന് അദ്ദേഹത്തെ പാതാളത്തിലേക്ക് ചവുട്ടിത്താഴ്ത്തി. പക്ഷേ, ഏത് പാതാളത്തിൽനിന്നും ആ സ്നേഹരൂപം ധർമ്മാകൃതി, നീതിമൂർത്തി ഉയിർത്തു വരുന്നു. ആ പ്രത്യാശയാണ് ഓണം- ധർമ്മത്തിന്റേയും നീതിയുടേയും സ്നേഹത്തിന്റേയും പ്രത്യാശ. കാത്തിരിപ്പിന്റെ സാക്ഷാൽക്കാര വേള.

അതോടൊപ്പം ഈ കാലത്തിന് താക്കീതുമാകുന്നു. നാറ്റക്കഥകളുടെ വിഴുപ്പ് പേറുന്ന ഭരണാധികാരികൾ - സ്ത്രീകളുടേയും കുഞ്ഞുങ്ങളുടേയും വിലാപങ്ങൾ... ഞെരക്കങ്ങൾ. പണ്ട് ധർമ്മിഷ്ഠരായ ഭരണകർത്താക്കൾക്ക് മുന്നിൽ പ്രകൃതിപോലും വണങ്ങി നിന്നുവെന്ന്

ശ്രീരാമന്റേയും പൃഥുവിന്റേയും കഥ പറയുന്നു. ഭരണകർത്താക്കൾ അധർമ്മികളാകുമ്പോൾ നാട് വന്ധ്യവും ഊഷരവുമാകുമെന്ന അംഗരാജ്യത്തിന്റെ കഥ. നാം അംഗരാജ്യത്തെ ലോമപാദന്റെ പ്രജകളാകാൻ ശപിക്കപ്പെടുകയാണോ എന്ന ഭീതി ചിലപ്പോഴെങ്കിലും നമ്മെ വലയം ചെയ്യാറില്ലേ? വാമനരൂപം മാത്രമായിരുന്നതിന്മകൾ ഇന്ന് ഭൂമി നിറയുന്ന ശക്തിയായി ബീഭത്സരൂപം കൊള്ളുന്നില്ലേ?

ഓണം നമ്മുടെ സ്വപ്നങ്ങളിൽ പ്രകൃതിയുടേയും മനുഷ്യന്റേയും നിറവുകളുടെ പൂക്കാലമാണ്. ഒരു കൊച്ചു തുമ്പയ്ക്കും മുക്കുറ്റിക്കും കാക്കപ്പൂവിനും മൂല്യം ലഭിക്കുന്ന പ്രകൃതിയുടെ സമത്വശൈലിയുടെ ആവിഷ്കാരവേള.

നമുക്ക് പ്രാർത്ഥിക്കാം – നീതിക്കും ധർമ്മത്തിനും സ്നേഹത്തിനും സമത്വത്തിനും വേണ്ടി നിലകൊണ്ട മഹാത്മാവിന്റെ പുനരവതാരത്തിനു വേണ്ടി. വ്യവസ്ഥിതികൾ ഈശ്വരനാക്കിയിട്ടും തിന്മയെ മൂർത്തിവൽക്കരിച്ച വാമനന്മാരെ നമ്മുടെ ധർമ്മബോധം എന്നും പ്രതിക്കൂട്ടിൽ നിർത്തട്ടെ.

ശ്രീകൃഷ്ണൻ നരകാസുരനെ വധിച്ചതിലുള്ള ആഘോഷമാണ് വിഷുവായി കൊണ്ടാടുന്നത്. രാവണവധാനന്തരം സൂര്യൻ നേരെ കിഴക്കുദിച്ച ദിവസമായും വിഷു സങ്കല്പിക്കപ്പെടുന്നു. വിഷുവം എന്നാൽ രാത്രിയും പകലും തുല്യമായ ദിവസം എന്നാണർത്ഥം. വിഷുവത്തിൽ നിന്നാണ് വിഷു എന്ന പദമുണ്ടായത്. മേടം ഒന്നിനാണ് പ്രകൃതിയുടെ ആ സമത്വഭാവം. കേരളത്തിന്റെ ആദിമ ചരിത്രത്തിൽ ഈ ദിനത്തിലാണ് നമ്മുടെ പുതുവർഷം തുടങ്ങുന്നത്.

> "ഏത് ധൂസരസങ്കല്പങ്ങളിൽ വളർന്നാലും
> ഏത് യന്ത്രവൽകൃത ലോകത്ത് പുലർന്നാലും
> മനസ്സിലുണ്ടാകട്ടെ ഗ്രാമത്തിന്റെ വെളിച്ചവും
> മണവും മമതയുമിത്തിരിക്കൊന്നപ്പൂവും."

എന്ന് കവി പറയുന്ന ഗ്രാമവും കൊന്നപ്പൂവും നമുക്കിന്ന് വെറുമൊരു ഗൃഹാതുരത്വബിംബം മാത്രമാകരുത്. നീലക്കരിമുകിൽ തോപ്പുകളെല്ലാം തീയിട്ട് സംസ്കരിച്ച് ഭൂമിയെ ഒരു തമോഗർത്തമാക്കിയ, ആകാശത്തെ പുകയിഴയുന്ന കരിനാഗമാക്കിയ ഈ ധൂസരകാലത്തെ ഓർമ്മകൾ കൊണ്ടും സ്വപ്നങ്ങൾ കൊണ്ടും അവ സന്തുലനമാക്കുന്നു. നമ്മെ പെരുംചന്തയിലെ വില്പന വസ്തുവാക്കിയ ഉപഭോഗസംസ്കാരത്തെ അവ പ്രതിരോധിക്കുന്നു.

അമിതമായ നഗരവൽക്കരണത്താലാണ് യന്ത്രസംസ്കാരം, ഉപഭോഗസംസ്കാരം തുടങ്ങിയ തിന്മകൾ അസുരരൂപികളായി വളർന്നുമുറ്റിയത്.

നഗരമിന്ന് നമ്മയുടെ ഗ്രാമങ്ങളെ അതിന്റെ എല്ലാ വിഴുപ്പുകളും നിക്ഷേപിക്കുന്ന ചവറ്റുകുട്ടയാക്കിയിരിക്കുന്നു. ആ ഗ്രാമത്തെ നോക്കി,

"ഇവിടം ജീവിത സംഗ്രാമത്തിൻ
ചുടലക്കളമോ ചുടുനീർക്കുളമോ?"

എന്ന് കവികൾ പരിതപിക്കുന്നു.

മേടവിഷു കൊന്നപ്പൂകൊണ്ട് ഭൂമിയെ കിരീടമണിയിക്കുന്നു. വീട്ടിലും മേട്ടിലും വഴിയോരങ്ങളിലും കുന്നിലും പറമ്പിലുമെല്ലാം കൊന്നപ്പൂ സ്വർണ്ണത്തോരണങ്ങൾ ചാർത്തുന്നു. നമ്മുടെ ഉള്ളിലും പുറത്തും കണിയൊരുക്കുന്നു. വേനലിന്റെ കൊടുംവറുതിയിൽ എല്ലാ പൂക്കളും കരിഞ്ഞു വീഴുമ്പോഴാണ് കൊന്ന നമുക്ക് വേണ്ടി സ്വപ്നങ്ങളുടെ സ്വർണ്ണഖനിയുണ്ടാക്കുന്നത്.

"April is the cruelest month" എന്നാണ് പാശ്ചാത്യ കവി ടി.എസ്. എലിയറ്റ് പറയുന്നത്. ആ ഏപ്രിൽ മാസമാണ് നമുക്ക് മേടവിഷുവിനെ നൽകുന്നത്. കൊടും വേനലിലേക്ക് കരുണാർദ്രമായ മഴ ചൊരിഞ്ഞ്, വരണ്ടുണങ്ങിയ ഭൂമിയെ ആർദ്രമാക്കി പുഷ്പലതാദികളെ ജീവന്റെ ഉന്മത്തലഹരിയിലേക്കുണർത്തി വിഷു എഴുന്നെള്ളുന്നു. എലിയറ്റിനോട് നമുക്കിങ്ങനെ പറയാം.-

"നാം തമ്മിൽ ആറായിരം യോജനയുടെ ദൂരമല്ല;
ഒരു കൊന്നപ്പൂവിന്റേയും വിഷുവിന്റേയും ദൂരമുണ്ട്."

വടക്കൻ പാട്ടുകൾ

കേരളത്തിലെ കഥാഗാനങ്ങളിൽ പ്രമുഖമായൊരു വിഭാഗമാണ് വടക്കൻ പാട്ടുകൾ, ഉത്തരകേരളത്തിലാണവയുടെ പിറവി. അവിടെ ജീവിച്ചിരുന്ന വീരപുരുഷന്മാരുടേയും വീരവനിതകളുടേയും അപദാനങ്ങളാണവ. "കേരളത്തിലെ ആയോധനചരിത്രത്തിന്റെ ഒരു സുവർണ്ണകാലഘട്ടത്തിൽ മരണം മധുരതരമാക്കിക്കൊണ്ട് ഏത് അഗ്നിപരീക്ഷയിലൂടേയും കടന്നു പോകാൻ കെല്പുണ്ടായിരുന്ന പുരുഷന്മാരേയും സ്ത്രീകളേയുമാണ് വടക്കൻ പാട്ടുകളിൽ കാണുന്നത്" എന്നാണ് ഗവേഷകമതം.

പുത്തൂരം, തച്ചോളി എന്നീ കുടുംബങ്ങളാണ് വടക്കൻ പാട്ടുകൾക്ക് പശ്ചാത്തലം. അവയോട് ചേർന്ന് ആറ്റുംമണമ്മേൽ, പാലാട്ട് തുടങ്ങിയ കുടുംബങ്ങളും പരാമർശിക്കപ്പെടുന്നു. കടത്തനാടും അതിന്റെ സമീപ പ്രദേശങ്ങളുമാണ് വടക്കൻ പാട്ടുകൾ അരങ്ങേറുന്ന രംഗഭൂമികൾ.

ആരോമൽച്ചേകവരാണ് വടക്കൻ പാട്ടിലെ ഏറ്റവും ഉജ്ജ്വലതാരം. പുത്തൂരം വീട്ടിലെ വീരപുരുഷനാണ് അദ്ദേഹം. കടത്തനാട്ടിന് പടിഞ്ഞാറുള്ള എളവാനൂർ നാട്ടിലാണ് പുത്തൂരം വീട്. കണ്ണപ്പച്ചേകവരുടെ പുത്രനാണ് ആരോമൽ. ആരോമൽച്ചേകവരുടെ സഹോദരിയാണ് ഉണ്ണിയാർച്ച. ഉണ്ണിയാർച്ചയുടെ പുത്രനാണ് ആരോമലുണ്ണി. മൂന്നുപേരും അങ്കപ്പയറ്റിലെ വിസ്മയങ്ങളായിരുന്നു. ആരോമൽച്ചേകവരെ സംബന്ധിച്ചിടത്തോളം രണ്ടു ഗാനങ്ങളാണുള്ളത്. പകിടകളിക്ക് പോയതും പുത്തരിയങ്കം വെട്ടിയതുമാണവ. ആദ്യത്തെ ഗാനം തുമ്പോലാർച്ചയുമായുള്ള പ്രണയത്തിന്റേതാണ്. ആരോമലിന്റെ മുറപ്പെണ്ണാണ് തുമ്പോലാർച്ച. അവർ മാതാപിതാക്കളുടെ അനുമതിയില്ലാതെ ഗാന്ധർവ്വ വിധിപ്രകാരം ദമ്പതിമാരായി. തുമ്പോലാർച്ച ഗർഭിണിയായപ്പോൾ എല്ലാവരുടേയും പരിഹാസപാത്രമായി മാറുന്നു. അവൾ ഒരു കുഞ്ഞിന് ജന്മം നല്കുന്നു. പ്രസവാനന്തരം കത്തയച്ച് ആരോമലെ വരുത്തുകയും തുമ്പോലാർച്ചയുടെ അപഖ്യാതി അദ്ദേഹം നീക്കുകയും ചെയ്തു. അവരുടെ പുത്രനാണ് ഉണ്ണിക്കണ്ണൻ.

ആരോമൽച്ചേകവർ ധീരമായി അങ്കംവെട്ടി എതിരാളിയെ ജയിച്ചുവെങ്കിലും ചന്തുവിന്റെ ചതിയിൽ ദാരുണമായി കൊല്ലപ്പെടുന്നതാണ് രണ്ടാമത്തെ ഗാനം. യുദ്ധസന്നദ്ധനായ ആരോമലും സഹോദരി

ഉണ്ണിയാർച്ചയും തമ്മിലുള്ള തീവ്രമായ സാഹോദര്യത്തിന്റെ ആഖ്യാനവുമാണത്. ആസന്നമരണനായ ആരോമൽ തന്റെ അനുജൻ കണ്ണപ്പനോട് പറയുന്ന വാക്കുകൾ ഹൃദയത്തെ ദ്രവിപ്പിക്കും വിധം കരുണാർദ്രമാണ്. ഇരുപത്തിരണ്ടാമത്തെ വയസ്സിൽ മരണമടയുന്ന ആരോമലിന്റെ കന്നിയങ്കമായിരുന്നു അത്.

ഉണ്ണിയാർച്ച കൂത്തുകാണാൻ പോയ കഥയും ആരോമലുണ്ണി വൈരനിര്യാതനം നടത്തിയ കഥയും വീരകഥകൾ തന്നെയാണ്. വഴിമധ്യേ ചില ആക്രമികൾ ഉണ്ണിയാർച്ചയോട് അടുത്തപ്പോൾ അവളുടെ ഭർത്താവ് ആലില പോലെ വിറയ്ക്കാൻ തുടങ്ങി. 'പെണ്ണായ ഞാനും വിറയ്ക്കുന്നില്ല. ആണായ നിങ്ങൾ വിറയ്ക്കുന്നെന്തേ?' എന്ന് ചോദിച്ചുകൊണ്ട് ആ വീരവനിത അങ്കം വെട്ടുന്നത് സ്ത്രീ സമൂഹത്തിനപ്പാടെ അഭിമാനമുളവാക്കും വിധമാണ്.

തച്ചോളി ഒതേനനാണ് വടക്കൻ പാട്ടുകളിൽ ഉദിച്ചു നില്ക്കുന്ന മറ്റൊരു താരം. കേരളത്തിലെ 'റോബിൻഹുഡ്' എന്നാണ് മലബാർ മാന്വലിന്റെ കർത്താവായ ലോഗൻ സായ്പ് അദ്ദേഹത്തിന് നല്കുന്ന വിശേഷണം. കടത്തനാട്ടു വടകരയ്ക്ക് സമീപമുള്ള മേപ്പയിൽ ദേശത്ത് തച്ചോളി മാണിക്കോത്ത് എന്ന നായർ തറവാട്ടിലാണ് ഒതേനൻ ജനിച്ചത്. പിതാവ് ഒരു നായർ പ്രഭുവും മാതാവ് ഉപ്പാട്ടിയുമായിരുന്നു. ഒതേനന് കോമപ്പൻ എന്നൊരു ജ്യേഷ്ഠനും ഉണ്ണിച്ചിരുത എന്ന അനുജത്തിയുമുണ്ടായിരുന്നു. ഒതേനൻ നാട്ടുകാരുടെ ദൈവം തന്നെയായിരുന്നു. ഒതേനന്റെ വിവാഹകഥ രസകരമാണ്. കാവിലും ചാത്തോത്തു മാതേയിയമ്മയ്ക്ക് തന്റെ ഒമ്പതാമത്തെ മകൾ ചീരുവിനെ ഒതേനനെക്കൊണ്ട് വിവാഹം കഴിപ്പിക്കണമെന്ന മോഹമുണ്ടായിരുന്നു. കാക്കയെപ്പോലെ കറുത്ത ചീരുവിനെ ഒതേനന് ഇഷ്ടപ്പെട്ടില്ല. പിന്നീട് യുവതിയായ ചീരുവിനെ കണ്ടപ്പോൾ ഒതേനൻ അവളിൽ ആകൃഷ്ടനായി. തോഴനായ ചാപ്പനെ മുറുക്കാൻ വാങ്ങുന്നതിനായി അവളുടെ അടുത്തേക്ക് അയച്ചു. കുറിക്കുകൊള്ളുന്ന കുത്തുവാക്കുകൾ പറഞ്ഞ് അവൾ ചാപ്പനെ തിരിച്ചയച്ചു. ഒതേനൻ ദുഃഖിതനായി. ചാപ്പൻ ചില സൂത്രങ്ങൾ പ്രയോഗിച്ച് ഒരു ദിവസം ചാക്കോത്ത് ചെന്ന് സ്ത്രീകളെ രസിപ്പിച്ച് അവിടെ കൂടി. ഒതേനനെ ഒരു പൊട്ടന്റെ വേഷം കെട്ടിച്ച് കൂടെ കൊണ്ടുപോയിരുന്നു. ചാപ്പൻ പൊട്ടന്റെ അദ്ഭുതവിദ്യകൾ വിവരിച്ച് അവരെ ആകർഷിച്ചു. അന്നു രാത്രി ചീരുവിന്റെ കട്ടിലിന്റെ താഴെ ഉറങ്ങുവാൻ പൊട്ടന് അനുവാദം കിട്ടി. പിന്നീട് ഒതേനൻ ചീരുവുമായി പ്രണയസല്ലാപത്തിലേർപ്പെടുകയും ദമ്പതിമാരായിത്തീരുകയും ചെയ്തു. ആരോമൽച്ചേകവരുടേതു പോലെ ഒതേനന്റേയും വീരചരമമായിരുന്നു.

തച്ചോളിച്ചന്തുവും വീരനായകൻ തന്നെ. ചന്തുവിന്റെ ഭാര്യയായ മാതുക്കുട്ടിയും വീരവനിതയായിരുന്നു. അവളൊരിക്കൽ ഓമല്ലൂർക്കാവിൽ ക്ഷേത്രദർശനത്തിന് പോയി. തുളുനാടൻ കോട്ടയുടെ അധിപനായ കണ്ടർമേനോൻ അവളെ കണ്ടയുടൻ കാമാർത്തനായി അവളുടെ കൈയ്ക്ക് കയറിപ്പിടിച്ചു. അവൾ രോഷം കൊണ്ട് താൻ ചന്തുവിന്റെ പെണ്ണാണെന്നും

ചന്തു ഇതറിഞ്ഞാൽ കഴുവിനെ കൊത്തും പോലെ നിന്നെ കൊത്തുമെന്നും പറഞ്ഞു. അയാൾ അതൊന്നും വകവക്കാതെ അവളെ പല്ലക്കിലേറ്റി തന്റെ നാട്ടിലേക്ക് തിരിച്ചു. വിവരമറിഞ്ഞ ചന്തു ഒരു സന്ന്യാസിയുടെ വേഷം കെട്ടി കണ്ടർമേനോന്റെ കോട്ടയ്ക്കുള്ളിൽ കടന്നു. തുടർന്ന് ആ ധീരൻ കണ്ടർമേനോനോടും അയാളുടെ പോരാളികളോടും ഒറ്റക്ക് നിന്ന് പൊരുതി. ചന്തുവിന്റെ വെട്ടേറ്റ് കണ്ടർമേനോൻ ഒമ്പത് മുറിയായി വീണു. ചന്തു തുളുനാടൻ കോട്ട പിടിച്ചെടുക്കുകയും മാതുക്കുട്ടിയെ വീണ്ടെടുക്കുകയും ചെയ്തു. ഒതേനന്റെ അനന്തിരവനായിരുന്നു ചന്തു.

ഗ്രാമീണർ ഗാഥാക്കളായ ഈ വടക്കൻ പാട്ടുകളിൽ വേണ്ടത്ര ശബ്ദശുദ്ധിയോ വൃത്തവ്യവസ്ഥയോ സാഹിത്യഭംഗിയോ ഉണ്ടായിരുന്നില്ല. എങ്കിലും അവയിലെ ലാളിത്യവും മാധുര്യവും അവയെ ജനകീയമാക്കിയിരുന്നു. അകൃത്രിമസുന്ദരമായിരുന്നു അവ. ഉത്തരകേരളത്തിലെ ജനങ്ങളുടെ സാമൂഹികാചാരങ്ങളും ജീവിതമര്യാദകളും ഗ്രഹിക്കുവാൻ ഈ ഗാനങ്ങൾ സഹായിക്കുന്നു. നേർച്ചക്കോഴികളെപ്പോലെയായിരുന്നു, ചേകോന്മാരുടെ ജീവിതം. സമൂഹത്തിലെ ഒരു ചെറിയ തർക്കത്തിനുപോലും ചേകോന്മാരുടെ അങ്കത്തട്ടിലൂടെയാണ് പരിഹാരം കണ്ടിരുന്നത്. അങ്കത്തട്ടിലാകട്ടെ വിജയമെന്നത് പ്രതിയോഗിയുടെ മരണത്തിലൂടെ മാത്രം സിദ്ധിക്കുന്ന ഒന്നാണ്. അന്നത്തെ സ്ത്രീകളുടെ വ്യക്തിത്വവും ധീരതയും ആയോധനമികവും ഉണ്ണിയാർച്ച തുടങ്ങിയ കഥാപാത്രങ്ങൾ വെളിപ്പെടുത്തുന്നു. സ്ത്രീ-പുരുഷ സമത്വത്തിന്റേതായിരുന്നു, ആ സമൂഹം. സ്ത്രീ ഒരു തലത്തിലും അടിച്ചമർത്തപ്പെടുകയോ വിലകുറയ്ക്കപ്പെടുകയോ ചെയ്തിരുന്നില്ല. പ്രണയവും വീരവുമായിരുന്നു വടക്കൻ പാട്ടുകളിലെ ഭാവങ്ങൾ.

വടക്കൻ പാട്ടുകളുടെ കാലം പതിമൂന്ന് പതിന്നാല് നൂറ്റാണ്ടുകളായിരിക്കണമെന്നാണ് പണ്ഡിതമതം.

“ഉയർന്ന തരം സാഹിത്യഭാഷ തമിഴിന്റേയും സംസ്കൃതത്തിന്റേയും പിടിയിൽപെട്ട് പല വ്യതിയാനങ്ങൾക്കും വിധേയമായിക്കൊണ്ടിരുന്നപ്പോൾ സാമാന്യവ്യവഹാരം ഭാഷയുടെ വൃത്തനിഷ്ഠമായ രൂപമെന്ന നിലയ്ക്ക് ഈ ഗാനങ്ങൾ മലയാളത്തിന്റെ അവ്യഭിചരിതമായ ചൈതന്യത്തെ നിലനിർത്തുന്നു എന്നാണ് വടക്കൻ പാട്ടുകൾ വിലയിരുത്തപ്പെട്ടിട്ടുള്ളത്.

അവയിലെ ഭാഷയുടെ വാമൊഴിച്ചന്തം ഇങ്ങനെയാണ്.
ഈവക പെണ്ണുങ്ങൾ ഭൂമീലുണ്ടോ?
മാനത്തീന്നെങ്ങാനും പൊട്ടി വീണോ?
ഭൂമീന്നു തനിയെ മുളച്ചുവന്നോ?
എന്തുനിറമെന്നു ചൊല്ലേണ്ടു ഞാൻ!
കുന്നത്തു കൊന്നയും പൂത്തപോലെ
ഇളമാവിൻ തയ്യ് തളിർത്തപോലെ
കുരുത്തോലയായതിൻ വർണ്ണം പോലെ
വയനാടൻ മഞ്ഞൾ മുറിച്ച പോലെ.

സ്നേഹമെന്ന സൂര്യപഥം

സ്നേഹം ഒരാത്മാവിൽ നിന്ന് മറ്റൊരാത്മാവിലേക്ക് ഒഴുകി നിറയുന്ന അനന്തമായ അന്തർവാഹിനിയാണ്. അങ്ങനെയാണ് സ്നേഹത്തിന്റെ നിറം (മനസ്സിന്റേയും) നീലയാകുന്നത്. സ്നേഹം ഒരു സൂര്യയാത്ര യുമാണ്. സ്വയം ഉരുകി കത്തിജ്വലിച്ച് ഇരുട്ടുകളെയെല്ലാം നീക്കം ചെയ്ത് കറങ്ങുന്ന ദേവപഥത്തിലൂടെയാണ് സൂര്യന്റെ യാത്ര എന്ന് ഗ്രീക്ക്പുരാണ ത്തിൽ പറയുന്നു. ചൊരിയുന്ന പ്രകാശം ഒടുവിൽ സൂര്യന്റെ രക്തം തന്നെ യാകുന്നു. അവസാനത്തെ തുള്ളി രക്തവും പ്രപഞ്ചജീവിതങ്ങളിൽ ചൊരിഞ്ഞാണ് സൂര്യൻ അസ്തമയത്തിൽ പൊലിയുന്നത്. സ്നേഹ ത്തിന്റെ നിറം രക്തസാക്ഷിത്വത്തിന്റെ ചുവപ്പ് കൂടിയാകുന്നത് അങ്ങനെ യാണ്. അത്തരം സ്നേഹത്തിലാണ് സമുദ്രങ്ങളുടെ ആഴങ്ങളും കൊടു മുടികളുടെ ഉയരങ്ങളും ഉദയാസ്തമയങ്ങളുടെ സ്വർണ്ണവും വന്ന് നിറയു ന്നത്. ആ സ്നേഹമാണ് ഭൂമിയെ എപ്പോഴും ഉർവ്വരമാക്കുന്നത്. ആനന്ദ ത്തിന്റേയും സൗന്ദര്യത്തിന്റേയും ഒരിക്കലും വറ്റാത്ത ഉറവയാക്കുന്നത്. ഭൂമിയെ സ്വർഗ്ഗമാക്കുന്നത്.

അത് നഷ്ടപ്പെട്ടതുകൊണ്ടാണ് ഭൂമി കരിമ്പടം പോലെ കറുത്ത് പോയത്. ബന്ധങ്ങൾ ഞളുങ്ങിയ പിത്തളപ്പാത്രങ്ങളോ ദുശ്ശബ്ദമുണ്ടാ ക്കുന്ന തകരപ്പാത്രങ്ങളോ ആയത്. ജീവിതം മരുഭൂമിയായത്.

സ്നേഹത്തെ പുതുസമൂഹത്തിന് ഓർമ്മപ്പെടുത്തുവാൻ ഗ്രീക്കു പുരാണത്തിലെ ഓർഫിയൂസിന്റെ കഥ പറയട്ടെ. സ്നേഹത്തെ സൂര്യ പഥമാക്കിയ ഓർഫിയൂസിന് അതിന്റെ വ്രതവും നിഷ്ഠയും ധ്യാനവും എത്ര തീവ്രവും അചഞ്ചലവുമായിരുന്നുവെന്ന് ആ കഥ നമ്മോട് പറയും. താനാരാണെന്ന് അദ്ദേഹം കണ്ടെത്തിയത് തന്നെ സ്നേഹത്തിന്റെ പരീ ക്ഷണങ്ങളിലൂടെയായിരുന്നു.

ഓർഫിയൂസിന്റെ ആത്മാവിന്റെ അനർഗ്ഗള പ്രവാഹമായിരുന്നു സംഗീതം. ഒരു പക്ഷേ, സ്നേഹമായിരിക്കാം അദ്ദേഹത്തെ ഗാനഗന്ധർവ്വ നാക്കിയത്. ആ ഹൃദയവും അതിലെ സംഗീതവും ഏറ്റുവാങ്ങിയത് പ്രിയ തമയായ യൂറിഡിസിയായിരുന്നു. ഓർഫിയൂസും യൂറിഡിസിയും ഒരുമിച്ച്

ഉദ്യാനത്തിൽ നൃത്തം ചെയ്തു കൊണ്ടിരുന്നപ്പോൾ യൂറിഡിസിയുടെ കാലിൽ ഒരു വിഷപ്പാമ്പ് ആഞ്ഞുകൊത്തി. അവൾ തൽക്ഷണം മരിച്ച് പാതാളത്തിൽ പതിച്ചു. അവളെ അന്വേഷിച്ച് ഓർഫിയൂസ് പാതാളത്തിലേക്ക് യാത്ര തിരിച്ചു. ദുഃഖിതനും പീഡിതനുമായി അതിയാതനാപൂർണ്ണമായ ഒരു യാത്രയാണ് വിധി അദ്ദേഹത്തിനൊരുക്കിയത്. അദ്ദേഹത്തിന് വൈതരണിപോലുള്ള സ്റ്റിക്സ് എന്ന കരിനദി കടക്കേണ്ടിവന്നു. അതിനിടയിൽ കാരോൺ എന്ന മഹാവില്ലനുമായി ഏറ്റുമുട്ടി. പിന്നീട് ഓർഫിയൂസിന്റെ ഗാനാലാപനത്തിൽ സ്വയം മറന്ന് കാരോൺ ഓർഫിയൂസിനെ അക്കരെ കടത്തുന്നു. അതിനുശേഷം സേർബരൂസ് എന്ന രക്ഷസ്സിനെ നേരിടുന്നു. യുദ്ധത്തിൽ ഓർഫിയൂസ് ജയിച്ചു. നരകത്തിലെ പരേതാത്മാക്കൾക്ക് ശാന്തി നേർന്നുകൊണ്ട് ഓർഫിയുസ് യാത്ര തുടർന്നു. മനസ്സലിഞ്ഞ പാതാളരാജാവ് പ്ലൂട്ടോ ഉപാധിയോടെ യൂറിഡിസിയെ ഓർഫിയൂസിന് നല്കുന്നു. പാതാളരാജ്യത്തിന്റെ അതിർത്തി കടക്കുവോളം തന്നെ പിന്തുടരുന്ന പ്രിയതമയെ ഓർഫിയൂസ് തിരിഞ്ഞുനോക്കാൻ പാടില്ല എന്നായിരുന്നു നിബന്ധന. ഓർഫിയൂസിന് അതിന് കഴിഞ്ഞില്ല. നിയമം ലംഘിച്ചതിനാൽ ഓർഫിയൂസിന് പ്രിയതമയെ വീണ്ടും നഷ്ടപ്പെടുന്നു. അതിദുഃഖിതനായി ഓർഫിയൂസ് അവളെക്കുറിച്ച് പാടിക്കൊണ്ട് അലഞ്ഞു. അദ്ദേഹത്തെ ജീവിതാനന്ദത്തിന്റെ ദേവനായ ഡയനീഷ്യസ് കാണുന്നു. ദേവൻ അദ്ദേഹത്തെ മദാലസകളായ സുന്ദരിമാരോടൊത്ത് ക്രീഡിക്കാൻ നിർബന്ധിച്ചു. പ്രിയതമയെ മാത്രം ധ്യാനിക്കുന്ന ഓർഫിയൂസ് ആ പ്രലോഭനത്തിൽ വീഴാതെ അദ്ദേഹത്തിന്റെ ക്ഷണം നിരസിച്ചു. കോപാകുലനായ ദേവൻ അദ്ദേഹത്തെ ക്രൂരമായി ദ്രോഹിച്ചു. ഒരുപാട് അലഞ്ഞതിന് ശേഷം ഓർഫിയൂസ് അപ്പോളോ ദേവന് ഒരു ദേവാലയം തീർക്കുകയും അതിന്റെ പൂജാരിയാവുകയും ചെയ്തു. ഡയണീഷ്യസ് പ്രലോഭനങ്ങൾ തുടർന്നു. പ്രണയത്തിന്റെ വ്രതം എല്ലാത്തിൽ നിന്നും അദ്ദേഹത്തെ രക്ഷിച്ചു. മദാലസകൾ അദ്ദേഹത്തെ കൊന്ന് ശരീരം വെട്ടിനുറുക്കി ശിരസ്സ് ഹെബ്രൂസ് നദിയിൽ ഒഴുക്കി. ആ ശിരസ്സ് അപ്പോഴും പ്രിയപ്പെട്ടവളെക്കുറിച്ചുള്ള ഗാനങ്ങൾ ആലപിച്ചുകൊണ്ടിരുന്നു. നദിയിലെ ഓളങ്ങൾ അത് ഏറ്റുപാടി. ശിരസ്സ് നദിയിലൂടെ ഒഴുകിയൊഴുകി കടലിലെത്തി. ഗിരിദേവതമാർ ഓർഫിയൂസിന്റെ ശരീരാവശിഷ്ടങ്ങൾ പെറുക്കിയെടുത്ത് ലായിബേർതാ ദ്വീപിൽ സംസ്കരിച്ചു. അവിടത്തെ പക്ഷികൾ ഇന്നും ഓർഫിയൂസിനെപ്പോലെ മധുരമായി പാടുന്നുണ്ടത്രെ.

മദാലസകൾ തങ്ങളുടെ പാപം കഴുകിക്കളയാൻ ഹെലിക്കോൺ നദിയിലെത്തിയപ്പോൾ നദി വഴിമാറിയൊഴുകി. പ്രകൃതി അധർമ്മികളോട് പ്രതിഷേധിക്കുമല്ലോ. ഒളിമ്പസ്സിലെ (ദേവസഭ) ദേവന്മാരെല്ലാം ഡയനീഷ്യനും മദാലസകൾക്കുമെതിരായി കഠിനശിക്ഷകൾ വിധിച്ചു.

അപ്പോളോ ദേവൻ ഓർഫിയൂസിന് മോക്ഷം കൊടുക്കുകയും അദ്ദേഹം തന്റെ പ്രിയതമയെ ജീവിതത്തിലേക്ക് വീണ്ടെടുക്കുകയും

ചെയ്തു. സ്നേഹം അങ്ങനെ മരണത്തെ പോലും അതിജീവിച്ച മഹാ പൊരുളായി.

സ്നേഹത്തിലുറപ്പിച്ച ഒരു ബന്ധവും ഏത് കൊടുങ്കാറ്റിലും ഉലയുകയില്ല. പ്രപഞ്ചഭിത്തിയിൽ അത് നിത്യസ്മാരകമാകും. സ്ത്രീപുരുഷ ബന്ധത്തിലെ സദാചാരം സ്നേഹമാണ്. അർദ്ധനാരീശ്വരനെ ആത്മാവിൽ പ്രതിഷ്ഠിച്ച ഭാരതീയർക്ക് സ്നേഹത്തിന്റെ പരിപൂർണ്ണതയെക്കുറിച്ച് അഗാധമായ ബോധമുണ്ടായിരുന്നു. ഒരു സത്തയുടെ രണ്ട് അർദ്ധങ്ങളാണ് സ്ത്രീയും പുരുഷനുമെന്ന് ദ്യാവാപൃഥികൾ (ഭൂമിയും ആകാശവും) ജായാപതികൾ, പ്രകൃതി പുരുഷന്മാർ, ശിവശക്തികൾ എന്നിങ്ങനെ ഏകത്വത്തെ ഉത്ഘോഷിക്കുന്ന സംബോധനകളിൽ നിന്നെല്ലാം വ്യക്തമാണ്.

"നീയില്ലയെങ്കിൽ
നിൻവ്രതഭക്തിയില്ലെങ്കിൽ
ഈ ശ്യാമകൃഷ്ണൻ വെറും
കരിക്കട്ടയെന്നറിയുന്നു ഞാൻ
വീണ്ടുമറിയുന്നു ഞാൻ."

എന്ന് അയ്യപ്പപണിക്കർ എഴുതിയ പ്രാർത്ഥനയാണ് സ്നേഹം. കരിക്കട്ടകളെ ഈശ്വരനാക്കുന്ന ദിവ്യപ്രക്രിയയാണ് സ്നേഹം. എല്ലാ ഹൃദയങ്ങളും സ്നേഹത്താൽ പൂവിടട്ടെ. സ്ത്രീപുരുഷബന്ധങ്ങൾ സ്നേഹത്താൽ കൊരുക്കട്ടെ. സ്നേഹത്തിൽ നിന്ന് പ്രജകൾ ഉത്ഭവിക്കട്ടെ. അവരിൽ നിന്ന് സ്നേഹത്തിന്റെ ഒരു വസന്തം ആർപ്പുവിളികളുമായി വരുമ്പോൾ ഈ ഭൂമി, പ്രകൃതി, വിശ്വമണ്ഡലം വീണ്ടും മനുഷ്യനെ അമരാത്മാവായി ഹാരമിട്ട് സ്വീകരിക്കും. ദേവലോകം കാണാമറയത്തല്ല ഇവിടെത്തന്നെയാകും. അതിന്റെ അഭൗമപ്രകാശത്തിൽ തിന്മകളും ദുഷ്ടതയും അപ്രത്യക്ഷമാകും.

സ്നേഹമാകട്ടെ നമ്മുടെ
മതം, പ്രതിഷ്ഠ, ദൈവം.

റോഡപകടങ്ങൾ - കേരളം നേരിടുന്ന ഏറ്റവും വലിയ ഭീഷണി

കേരളത്തിലെ നിരത്തുകൾ മരണവീഥികളായി മാറുകയാണ്. മരണം എപ്പോഴും ഒരു നിഴൽപോലെ സഹയാത്രികനായി ഒപ്പമുണ്ട് എന്ന അവസ്ഥ. ജീവന്റെ അനിശ്ചിതത്വവും ക്ഷണികതയും നിരത്തുകളാണിപ്പോൾ ഏറ്റവും രൂക്ഷമായി പ്രകടമാക്കുന്നത്.

റോഡപകടങ്ങളിൽ മുൻപന്തിയിൽ നില്ക്കുന്നത് എറണാകുളം-ആലപ്പുഴ ജില്ലകളാണ്. ഏറ്റവും കുറവ് അപകടങ്ങൾ രേഖപ്പെടുത്തിയിട്ടുള്ളത് പട്ടണത്തിരക്കിന് അത്രമേൽ തീറെഴുതാത്ത വയനാട്- കാസർഗോഡ് ജില്ലകളും. കേരളത്തിൽ 2016 ൽ നടന്ന റോഡപകടങ്ങളിൽ 3659 പേർ കൊല്ലപ്പെട്ടത് ഡ്രൈവർമാരുടെ അശ്രദ്ധകൊണ്ട് മാത്രമാണ്. ഈ വർഷം മദ്യപിച്ച് വണ്ടിയോടിച്ച് അപകടമുണ്ടാക്കിയവരുടെ എണ്ണം താരതമ്യേന കുറവാണ്. ഇന്ത്യയിൽ 2015ൽ 5,01,423 അപകടങ്ങൾ ഉണ്ടായപ്പോൾ 1.5% അപകടങ്ങൾ മാത്രമാണ് മദ്യപിച്ച് വണ്ടിയോടിക്കുമ്പോൾ സംഭവിച്ചത്. 2015ൽ ഇന്ത്യയിൽ നാഷണൽ ഹൈവേയിൽ 1,42,268 അപകടങ്ങളും സ്റ്റേറ്റ് ഹൈവേയിൽ 1,20,518 അപകടങ്ങളും നടന്നു. മറ്റു റോഡുകളിൽ 2,38,637 അപകടങ്ങളും. 2016ൽ കേരളത്തിൽ 9209 അപകടങ്ങൾ നാഷണൽ ഹൈവേയിൽ വെച്ച് 7135 അപകടങ്ങൾ സ്റ്റേറ്റ് ഹൈവേയിൽ വെച്ചും 23,076 അപകടങ്ങൾ മറ്റു റോഡുകളിൽ വെച്ചുമാണ് നടന്നത്. (ഋഷിരാജ്സിംഗ് ഐ.പി.എസ്. ലേഖനത്തിൽ പറഞ്ഞത്)

റോഡുകൾ ഇങ്ങനെ കുരുതിക്കളമാകുന്നതിന് പല കാരണങ്ങളുമുണ്ട്. അവ ഇവയൊക്കെയാകാം.

1. **യുവത്വത്തിന്റെ അമിതാവേശങ്ങൾ**

ഒരു വാഹനം കൈയിൽ കിട്ടിയാൽ കളിക്കളം പോലെയാണ് കൗമാരക്കാരും യുവാക്കളും റോഡുകളെ കരുതുന്നത്. മറ്റുള്ളവരുടെ സുരക്ഷിതത്വമോ, തന്റെതന്നെ സുരക്ഷിതത്വമോ, സിഗ്നലുകളോ ഒന്നും അവരുടെ ആവേശലഹരിക്ക് ബാധകമല്ല. ഇരുചക്രവാഹനക്കാരിലാണ് ഈ പ്രവണത അധികവും കാണുന്നത്. അഗ്നിയിൽ ഈയാം

പാറ്റകളെപ്പോലെ റോഡുകളിൽ പൊലിഞ്ഞുപോകുന്നവരധികവും അവർ തന്നെ.

2. **അമിതവേഗം**

ഇത് വേഗത്തിന്റെ തലമുറയാണ്. വേഗത ഒരു പ്രസ്റ്റീജ് സിംബൽ കൂടിയാണിപ്പോൾ. അതിന്റെ പ്രദർശനം യുവാക്കളെ വല്ലാതെ ഹരം പിടിപ്പിക്കുന്നു. മിതമായ വേഗത്തിൽ വണ്ടിയോടിക്കുന്നത് പഴഞ്ചൻ രീതിയായിപ്പോലും പരിഹസിക്കപ്പെടാറുണ്ട്. ഈ അമിതവേഗം പലപ്പോഴും മരണക്കുതിപ്പാകുന്നു.

3. **മത്സര ഓട്ടങ്ങൾ**

പ്രൈവറ്റ് ബസ്സുകൾക്കും ലോറികൾക്കുമാണ് ഈ ഭ്രാന്ത് കൂടുതലെന്ന് തോന്നുന്നു. ബസ്സുകൾ മുന്നിലുള്ള ബസ്സിനെ ഓവർടേക് ചെയ്യുന്നത് കൂടുതൽ പേരെ കയറ്റി പണം സ്വരൂപിക്കാൻ മാത്രമല്ല ആരും തന്റെ മുന്നിൽ കടന്നു പോകാൻ പാടില്ല. താനാണ് എപ്പോഴും മുമ്പൻ എന്ന അഹംഭാവത്തെ സ്ഥാപിക്കാൻ കൂടിയാണ്.

4. **ലഹരിപദാർത്ഥങ്ങളകത്താക്കിയുള്ള ഡ്രൈവിംഗ്**

ലഹരി എന്ന പിശാചിന്റെ കൈനഖങ്ങളിലും കോമ്പല്ലുകളിലും കോർക്കപ്പെട്ട ഒരഭിശപ്തസമൂഹമാണ് നമ്മുടേത്. വീടുകളെ നരകമാക്കുന്നതോടൊപ്പം റോഡുകളെ രക്തപങ്കിലമാക്കുന്നതിന് അത് ഒരു വലിയ പങ്ക് വഹിക്കുന്നു. അപകടത്തിൽ പരിക്കേറ്റ ഭൂരിഭാഗം ഡ്രൈവർമാരിലും ആൽക്കഹോളിന്റെ സാന്നിദ്ധ്യമുണ്ടായിരുന്നുവെന്നാണ് റിപ്പോർട്ടുകൾ പറയുന്നത്.

5. **വികലമായ ഡ്രൈവിംഗ്**

പലരുടേയും ഡ്രൈവിംഗ് ലൈസൻസ് വ്യാജമാണ്. വേണ്ടത്ര പരിശീലനത്തിന്റെ അഭാവവും കാണാം. ഒരാവേശത്തിന്റേയും പൊങ്ങച്ചത്തിന്റേയും പേരിൽ വണ്ടി നിരത്തിലിറക്കുന്നവരും കുറവല്ല. മൊബൈലിൽ സംസാരിച്ചുകൊണ്ടുള്ള ഡ്രൈവിംഗും അശ്രദ്ധയിലേക്ക് നയിച്ച് അപകടത്തിനു കാരണമാകുന്നു.

6. **നിരത്തുകളുടെ ശോചനീയാവസ്ഥ**

കുണ്ടും കുഴിയും നിറഞ്ഞ നിരത്തുകൾ കേരളത്തിലെ പതിവുകാഴ്ചയാണ്. എത്ര സമർത്ഥനും ശ്രദ്ധാലുവുമായ ഡ്രൈവറേയും മരണത്തിലേക്ക് തള്ളിവിടാൻ അവയ്ക്ക് കഴിയും.

7. **വാഹനബാഹുല്യം**

വാഹനങ്ങൾ അനുനിമിഷം പെരുകിക്കൊണ്ടിരിക്കുകയാണ്. ഒരു വീട്ടിലെ ഓരോ അംഗത്തിനും രണ്ടും മൂന്നും എന്ന നിലയിൽ. നമ്മുടെ പൊങ്ങച്ചം വളർന്നിരിക്കുന്നു. അതിനെല്ലാം നാം വിലയർപ്പിക്കുന്നത് റോഡിലെ ദുരന്തങ്ങളായാണ്. കഴിഞ്ഞ 40 വർഷങ്ങൾക്കിടയ്ക്ക് കേരളത്തിലെ വാഹനങ്ങളുടെ എണ്ണം 82% വർദ്ധിച്ചുവെന്നാണ് കണക്കുകൾ പറയുന്നത്.

8. ജനസംഖ്യാ വർദ്ധനവ്

ജനബാഹുല്യം നിരത്തുകളെ നിറയ്ക്കുമ്പോൾ എത്ര വിശാലമായ പാതകളും ഇടുങ്ങിപ്പോവുകയും അപകടങ്ങളെ വിളിച്ചുവരുത്തുകയും ചെയ്യുന്നു.

9. അമിതഭാരം കയറ്റുന്നതുകൊണ്ട് വാഹനത്തിന്റെ നിയന്ത്രണം കൈമോശം വരുന്നു.

റോഡപകടങ്ങളെ കുറക്കാനുള്ള ചില നിർദ്ദേശങ്ങൾ മുന്നോട്ട് വെക്കട്ടെ:

1. ഡ്രൈവറുടെ അമിതവേഗത്തേയും മറ്റും നിയന്ത്രിക്കാനും പ്രതികരിക്കാനും യാത്രക്കാർ തയ്യാറാകണം. ഈശ്വരനിലെന്നപോലെ ഡ്രൈവറുടെ ഇഷ്ടാനിഷ്ടങ്ങളിൽ സമർപ്പിക്കാനുള്ളതല്ല യാത്രക്കാരന്റെ ജീവൻ.
2. വാഹനങ്ങളുടെ കാര്യത്തിൽ പൊലീസ് ഉദാസീനത വെടിഞ്ഞ് നിതാന്ത ജാഗ്രത പാലിക്കണം.
3. ഡ്രൈവിംഗ് ലൈസൻസ് നല്കുന്നത് കുറെക്കൂടി കണിശമാക്കണം. വേണ്ടത്ര പരിശീലനം ലഭിച്ചിട്ടുണ്ടോ എന്ന് തിട്ടപ്പെടുത്തുന്നതിനുള്ള സംവിധാനവും വേണം.
4. ഒരുപാട് പഴക്കമുള്ളതും കേടുവന്നതുമായ വാഹനങ്ങൾ നിരത്തിലിറക്കരുത്.
5. മദ്യപിച്ച് വാഹനമോടിക്കരുത് എന്ന നിയമം ഏറ്റവും കർക്കശമായി പാലിക്കണം.
6. അപകടസ്ഥലത്തേക്ക് ഓടിയെത്താനും രക്ഷാപ്രവർത്തനങ്ങളിലേർപ്പെടാനും അധികൃതരും പൊതുജനങ്ങളും അലംഭാവം കാണിക്കരുത്.
7. വാഹനങ്ങളുടെ രജിസ്ട്രേഷനിൽ നിയന്ത്രണമേർപ്പെടുത്തണം. വാഹനം ധൂർത്തിനല്ല, ഉപയോഗത്തിനാണ് എന്ന ബോധവൽക്കരണം വേണം.
8. ഹെൽമെറ്റ് ധരിക്കണം. അതുവഴി 50% മരണം ഒഴിവാക്കാൻ കഴിയും.
9. സീറ്റ്ബെൽറ്റ് ധരിക്കുന്നത് 40% അപകടമരണങ്ങളെ ഒഴിവാക്കുന്നു.
10. വാഹനങ്ങളിൽ അമിതഭാരം ഒഴിവാക്കുമ്പോൾ 65% അപകടമരണങ്ങൾ ഒഴിവാക്കുന്നു. അതിനുള്ള ആധുനികസാങ്കേതിക വിദ്യ പ്രയോജനപ്പെടുത്തുക.
11. വാഹനമോടിക്കുമ്പോൾ മൊബൈൽ ഉപയോഗിക്കരുത് എന്ന നിയമം കർശനമാക്കുക.
12. സിഗ്നലുകളേയും വാഹന നിയമങ്ങളേയും അവഗണിക്കാതിരിക്കുക.

ഇത്രയും കാര്യങ്ങളിൽ ശ്രദ്ധവെച്ചാൽ മരണമെന്ന ഒഴിയാബാധയെ നിരത്തുകളിൽ നിന്ന് ഏറെക്കുറെ ഒഴിവാക്കാവുന്നതാണ്.

ഭീകരാക്രമണമെന്ന ആഗോളദുരന്തം

ഇരുപത്തിയൊന്ന് വട്ടം ക്ഷത്രിയരെ ഉന്മൂലനം ചെയ്ത് അവരുടെ രക്തം കൊണ്ട് പരശുരാമൻ തീർത്ത തീർത്ഥക്കയമാണത്രെ സമന്തപഞ്ചകം. യുദ്ധത്തിൽ മനുഷ്യരുടേയും ആന-കുതിരാദികളുടേയും കുരുതികൊണ്ട് ദാഹനീർ പാനം ചെയ്ത കുരുക്ഷേത്രത്തിന് സമീപമാണത്. കാർത്ത വീര്യാർജ്ജുനൻ എന്ന ക്ഷത്രിയരാജാവ് തന്റെ പിതാവിനോട് കാണിച്ച പാതകത്തിനുള്ള പ്രതികാരമായിരുന്നു ആ പൈശാചികകർമ്മം. അതിൽ എത്രയോ നിരപരാധികളാണ് കൊല്ലപ്പെട്ടത്. പിന്നീട് ആ കൊടും ഹിംസ യിൽ ആത്മാവ് കെട്ട് ശാന്തിനഷ്ടപ്പെട്ട്, പരശുരാമൻ അറ്റമില്ലാത്ത തീർത്ഥയാത്രയ്ക്ക് ഒരുങ്ങി. എന്നിട്ടും തന്റെ ആത്മാവിൽ പറ്റിയ രക്ത ക്കറ കഴുകിക്കളയാനാവാതെ ശിഷ്ടകാലം മഹീന്ദ്രപർവ്വതത്തിൽ തപസ്സ് ചെയ്തു.

ശിവദത്തമായ ഒരു മഴുവായിരുന്നു, പരശുരാമന്റെ ഹിംസോപകരണം. അത് ആദ്യം പാളിയത് സ്വന്തം മാതാവിന് നേർക്കായിരുന്നു, പിന്നീടൊരി ക്കലും അതിന്റെ രക്തദാഹം ശമിച്ചിട്ടില്ല. അത് കൈവശമിരുന്നാൽ താൻ വീണ്ടും ഹിംസാലുവാകുമെന്ന് ഭയന്ന് പരശുരാമൻ അത് കടലിലേക്ക് വലിച്ചെറിയുന്നു. ആ മഴു ചെന്ന് വീണത് ആഗോളഭീഷണിയായിമാറി യിരിക്കുന്ന ഭീകരവാദികളുടെ കൈകളിലാണെന്ന് തോന്നുന്നു. എത്ര സമന്തപഞ്ചകങ്ങൾ തീർത്തിട്ടും അവരുടെ രക്തക്കൊതിയ്ക്ക് അറുതി യാകുന്നില്ല.

ജർമ്മൻ കവി ഗോയ്ഥെയുടെ ഫൗസ്റ്റ് എന്ന കൃതിയിൽ ഫൗസ്റ്റസ് എന്നൊരു കഥാപാത്രമുണ്ട്. അയാൾ അതിമാനുഷിക നേട്ടങ്ങൾക്കായി ആത്മാവ് സാത്താന് തീറെഴുതി. അതുപോലെ ആത്മാവ് സാത്താന് തീറെഴുതിയവരാണ് ഭീകരവാദികൾ. ഗർഭസ്ഥശിശുവിന്റെ നേർക്ക് പോലും ഘോരമായ ബ്രഹ്മാസ്ത്രം തൊടുത്ത അശ്വത്ഥാമാവും അവരിൽ കുടിയിരിക്കുന്നു. ഒരിക്കലും മോക്ഷമില്ലാതെ അലഞ്ഞുതിരിയാൻ വിധി ക്കപ്പെട്ട ശാപാത്മാക്കൾ. ലോകത്തിന്റെ മുഴുവൻ ശാന്തിയേയും പ്രാണ നേയും ബോംബുമുനകളിൽ നിർത്തി രക്തം പാനം ചെയ്ത് കുരുതി

ക്കളങ്ങളിൽ ആടിത്തിമിർക്കുകയാണ് അവരിപ്പോൾ. ചെയ്യുന്നതത്രയും ദൈവത്തിന്റെ പേരിലുള്ള 'വിശുദ്ധയുദ്ധങ്ങളാണെന്നാണ് അവരുടെ അവകാശവാദം. അവരർപ്പിക്കുന്ന രക്തമാംസങ്ങളിൽ കുതിർന്നു നില്ക്കുന്ന ദൈവമെന്ന ആ കിരാതമൂർത്തി എങ്ങനെയായിരിക്കും? നമുക്കത് ഹിംസയുടെ പരമാവധി സങ്കല്പങ്ങൾക്കപ്പുറമാണ്. എന്തെന്നാൽ നാം അറിഞ്ഞിട്ടുള്ള ദൈവം സ്നേഹവും നന്മയും കാരുണ്യവുമാണല്ലോ.!

രണ്ടുവർഷം മുമ്പ് പാകിസ്ഥാനിലെ പെഷവാറിൽ അവർ തീർത്ത കുരുതിക്കളത്തെ കുറിച്ചോർക്കുമ്പോൾ നാം മരണം പോലെ മരവിച്ചുപോകും. പെട്ടെന്ന് കയറിവന്ന ചില ഭീകരരൂപികൾ അവിടത്തെ സൈനീക സ്കൂളിൽ തോക്കുകൾ കൊണ്ടും ബോംബുകൾ കൊണ്ടും സംഹാര താണ്ഡവമാടുകയായിരുന്നു. പിടഞ്ഞുവീഴുന്ന 5നും 16നും ഇടക്ക് പ്രായമുള്ള കുട്ടികൾ. ഒപ്പം അദ്ധ്യാപകരും മറ്റു ജീവനക്കാരും. കുട്ടികളുടെ മുന്നിൽ തീപ്പന്തമായി എരിഞ്ഞുവീണ പ്രധാന അദ്ധ്യാപിക. ആ രക്തപ്പിശാചുക്കൾ 8 മണിക്കൂറുകളോളം രക്തം കൊണ്ട് പാനോത്സവമാടി. രക്തദാഹികൾ അവരുടെ കൊടും ഹിംസക്ക് കുഞ്ഞുങ്ങളെ തിരഞ്ഞെടുക്കുമ്പോൾ അവർക്ക് മനുഷ്യരൂപം നല്കിയ ദൈവത്തിന് കൈത്തെറ്റാവുകയാണ്. കുട്ടികളെക്കൊണ്ടുള്ള ഇത്തരം കുരുതികൾ ഇവർ മുമ്പും നടത്തിയിട്ടുണ്ട്. റഷ്യയിലെ ബെസ്നാലിൽ സ്കൂൾകുട്ടികളേയും രക്ഷിതാക്കളേയും ബന്ദികളാക്കിയ ഭീകരവാദികൾ 186 കുട്ടികളടക്കം 385 പേരെ വധിച്ചു. അതിന്റെ പത്താം വാർഷിക ദിനത്തിലാണ് ഈ കുരുതി. 2013-ൽ നൈജീരിയയിലെ കാനോയിൽ ബോക്കോഹറാം ഭീകരർ സ്കൂൾ ആക്രമിച്ച് 426 പേരെ വധിച്ചു. 2011-ൽ ഓസ്ലോയിലെ യൂട്ടോയ ദ്വീപിൽ നടന്ന യുവജന ക്യാമ്പിൽ പൊലീസ് വേഷത്തിലെത്തിയ ഒരു ഭീകരൻ നടത്തിയ വെടിവെയ്പ്പിൽ കൗമാരക്കാരായ 85 പേർ കൊല്ലപ്പെട്ടു. ഇയാൾ ഒരു ഗവൺമെന്റ് മന്ദിരത്തിൽ നടത്തിയ ബോംബ് സ്ഫോടനത്തിൽ 78 പേരാണ് മരിച്ചത്. 2013-ലെ ഹൈദ്രാബാദ് സ്ഫോടനത്തിൽ 3 കോളേജ് വിദ്യാർത്ഥികളടക്കം 17 പേർ മരിച്ചു. 120 ഓളം പേർ ജീവച്ഛവങ്ങളായി.

2012 ഒക്ടോബർ 9-തിനായിരുന്നുവല്ലോ സ്വാത്തിലെ മിൻഗോറാ മേഖലയിൽ സ്കൂൾ ബസ്സ് തടഞ്ഞു നിർത്തി മലാലയെ ആക്രമിച്ചത്. പെൺകുട്ടികൾ സ്കൂളിൽ പോകരുത് എന്ന ഭീകരരുടെ നിർദ്ദേശത്തെ ലംഘിച്ചതിനായിരുന്നു അത്. ആ മാലാഖ പെൺകുട്ടി ദൈവത്തിന് അത്രമേൽ അരുമയായതുകൊണ്ട് അദ്ഭുതകരമായി മരണത്തെ അതിജീവിച്ചു. അവളിലൂടെ ദൈവത്തിന് ഹിംസക്കെതിരെയുള്ള മഹാദൗത്യങ്ങൾ ലോകത്തിന് പകരേണ്ടതുണ്ടായിരുന്നു.

1987 മുതൽ ഇന്ത്യ ഭീകരരുടെ ആക്രമണങ്ങൾക്ക് നിരന്തരം ഇരയാവുകയായിരുന്നു. 1987-ലെ പഞ്ചാബ് ആക്രമണത്തിൽ 34 യാത്രക്കാരെ ഖാലിസ്ഥാൻ ഭീകരർ വധിച്ചു. 1991-ൽ സിക്ക് തീവ്രവാദികൾ എൺപതോളം തീവണ്ടിയാത്രക്കാരെ വധിച്ചു. 1993-ലെ 13 സ്ഫോടന പരമ്പരകളിൽ 250 പേരാണ് മരിച്ചത്. 700ഓളം പേർ ജീവച്ഛവങ്ങളായി.

ഇബ്രാഹീം ദാവൂദ് എന്ന കൊടും ഭീകരനായിരുന്നു അതിന് പിന്നിൽ. 1998ലെ കോയമ്പത്തൂർ സ്ഫോടനത്തിൽ 58 പേർ മരിച്ചു. 200 പേർക്ക് മുറിവേറ്റു. ഹൈദ്രാബാദ് സ്ഫോടനം, ബ്രഹ്മപുത്രയിലെ തീവണ്ടി സ്ഫോടനം, റെഡ്ഫോർട്ട് ആക്രമണം, കാശ്മീർ നിയമസഭാ ആക്രമണം, പാർലമെന്റ് ആക്രമണം, ബാബറിമസ്ജിദ് തകർക്കപ്പെട്ടതിന് ശേഷമുള്ള 5 ബോംബാക്രമണങ്ങൾ, മുസ്ലീം പള്ളികൾക്ക് നേരെയുണ്ടായ ആക്രമണ പരമ്പരകൾ, ബാംഗ്ലൂർ സ്ഫോടനം തുടങ്ങിയവയൊക്കെ ഇന്ത്യയുടെ ഉണങ്ങാത്ത മുറിവുകളാണ്. 2013-ൽ ഇന്ത്യൻ സൈനികരെ വധിച്ച് മൃതദേഹങ്ങൾ വികൃതമാക്കിയത് പാക്കിസ്ഥാൻ സൈന്യത്തിൽ നുഴഞ്ഞുകയറിയ ഭീകരരായിരുന്നു.

2011-ൽ മാത്രം ഇറാക്കിൽ 1800 പേർ ഭീകരാക്രമണത്തിൽ കൊല്ലപ്പെട്ടു. പാകിസ്ഥാനിൽ 1468 പേരും അഫ്ഗാനിസ്ഥാനിൽ 1293 പേരുമാണ് മരിച്ചത്. അമേരിക്കയിലെ വേൾഡ്ട്രേഡ് ആക്രമണത്തിൽ 2823 പേർ കൊല്ലപ്പെട്ടു. അൽഉമ, ഇന്ത്യൻ മുഹാജിദ്ദീൻ, ജയ്ഷ്-ഇ.മുഹമ്മദ്. ലഷ്കർ-ഇ-ത്വയ്ബ എന്നീ ഭീകരസംഘടനകളായിരുന്നു ഈ സ്ഫോടനങ്ങളുടെയെല്ലാം പിന്നിൽ, ഇന്ത്യയിലെ കൊടും ഭീകരവാദികളുടെ തലവനായിരുന്ന ദാവൂദ് ഇബ്രാഹിം ലോകത്തിലെ തന്നെ കൊടും ഭീകരരിൽ മൂന്നാം സ്ഥാനത്താണ്. അയാളുടെ ഡി-കമ്പനിയിൽ 50000 അംഗങ്ങളുണ്ടത്രെ. ഒരു ലക്ഷത്തിലധികം കൂട്ടാളികളും, ഈയിടെ ബെംഗളൂരുവിൽ അറസ്റ്റ് ചെയ്യപ്പെട്ട മെഹ്ദി മസ്ദൂർബിശ്വാസ് എന്നയാൾ ട്വിറ്റർ എക്കൗണ്ടിൽ ഭീകരവാദപ്രചരണം നടത്തുന്നു. 17,700 പേർ അക്കൗണ്ട് ഫോളോ ചെയ്യുന്നു.

ഏറ്റവും അധികം തീവ്രവാദികളെ റിക്രൂട്ട് ചെയ്യുന്ന രാജ്യം എന്ന ദുഷ്പേര് പേറുന്നത് പാക്കിസ്ഥാനാണ്. ചരിത്രത്തിന്റെ തിരിച്ചടി എന്നപോലെ, വാളെടുത്തവൻ വാളാൽ എന്നതുപോലെ, ഭസ്മാസുരന്റെ വരംപോലെ, ഏറ്റവുമധികം തീവ്രവാദികളുടെ ആക്രമണം നേരിടുന്ന രാജ്യങ്ങളിലൊന്നും ഇപ്പോൾ പാകിസ്ഥാനാണ്. ഭീകരവാദികളെ ഇന്ത്യക്കും അഫ്ഗാനിസ്ഥാനുമെതിരെ പ്രയോഗിക്കാനാണവർ ഊട്ടി വളർത്തിയത്. എന്നാൽ ഭീകരന്മാരുടെ ഇരകളിൽ രണ്ടാം സ്ഥാനമാണ് പാകിസ്ഥാന്. ഒന്നാം സ്ഥാനം ഇറാക്കും അഫ്ഗാനിസ്ഥാനും പങ്കിടുന്നു. പാകിസ്ഥാന്റെ ഭരണാധികാരിയായിരുന്ന ബേനസീർ ഭൂട്ടോ 2007-ൽ വധിക്കപ്പെട്ടത് ഭീകരാക്രമണത്തിലായിരുന്നു.

തീവ്രവാദികളുടെ നിയന്ത്രണത്തിലായിരുന്ന ഖൈബർ പഖ്തൂൻഖ പ്രവിശ്യയിൽ പാക്സൈന്യം ഭീകരന്മാരെ നശിപ്പിക്കാനുള്ള ശ്രമം ആരംഭിച്ചിരുന്നു. തെഹ്രീ ത്വെതാലിബാൻ പാക്കിസ്ഥാൻ (ടി.ടി.പി.) എന്ന ഭീകരസംഘടനയാണ് അവിടെ അധീശത്വം ഉറപ്പിച്ചിരുന്നത്. പാക്സൈന്യത്തിനെതിരെ പോരാടാൻ വിവിധ തീവ്രവാദികളൊരുമിച്ച് 2007ൽ രൂപീകരിച്ചതായിരുന്നു ഇത്. അഫ്ഗാനിസ്ഥാനിലെ താലിബാനെ സഹായിക്കുക എന്നതായിരുന്നു അതിന്റെ ദൗത്യം. അഫ്ഗാനിസ്ഥാനിൽ യു.എസ്. നാറ്റോ സൈന്യങ്ങൾക്കെതിരെ പോരാടുന്ന സംഘടനയായിരുന്നു

താലിബാൻ. അവിടത്തെ അൽഖയിദയുമായി പാക്താലിബാന് സജീവ ബന്ധമുണ്ട്. അതിന്റെ ആദ്യനേതാവ് ബൈത്തുല്ല മഖ്സൂദ് ആയിരുന്നു. 2009ലെ സ്ഫോടനത്തിൽ അയാൾ കൊല്ലപ്പെട്ടപ്പോൾ ഹക്കീമുല്ല മെഹ്സൂദ് നേതാവായി. അൽഖയിദ മുമ്പ് ഇറാക്കിലെ ഭീകരസംഘടന യായിരുന്നു. ഇസ്ലാമിക് സ്റ്റേറ്റ് ഓഫ് ഇറാക്ക് ആന്റ് സിറിയ എന്ന സംഘ ടനയായി അത് വളർന്നു, ഇറാക്കിന്റേയും സിറിയയുടേയും ഒട്ടേറെ പ്രദേശ ങ്ങൾ അവരുടെ നിയന്ത്രണത്തിലായിരുന്നു. പിന്നീടിത് ഇസ്ലാമിക് സ്റ്റേറ്റ് (ഐ.എസ്.) എന്ന സംഘടനയായി വളർന്നു. ഇസ്ലാമിക് രാഷ്ട്രം സ്ഥാപി ക്കുക എന്ന അതിന്റെ ലക്ഷ്യമിപ്പോൾ ആഗോള ഖലീഫ ഭരണം സ്ഥാപി ക്കുക എന്നതായിരിക്കുന്നു. സാമ്പത്തിക ശേഷിയിൽ ഒന്നാം സ്ഥാന ത്താണ് ഈ സംഘടന. എണ്ണക്കമ്പനികളിൽ നിന്ന് പ്രതിദിനം 10 ലക്ഷം ഡോളർ ആണതിന്റെ വരുമാനം. ഈ സംഘടനയെ ഇന്ത്യയിൽ നിരോ ധിച്ചിരിക്കുകയാണ്. പാക്താലിബാനെതിരെ പാക്സൈനികർ നടത്തിയ നടപടികളാണ് ഭീകരരെ പ്രകോപിതരാക്കിയത്. സൈന്യത്തിന്റെ ആക്ര മണങ്ങളിൽ ഒട്ടേറെ ഭീകരർ കൊല്ലപ്പെട്ടിരുന്നു. അവരുടെ ഒളിത്താവള ങ്ങൾ തകർക്കപ്പെട്ടു. ഖൈബർ പ്രവിശ്യ സൈന്യത്തിന്റെ അധീനത്തി ലായി. അതിൽ രോഷം കൊണ്ടാണ് 'മുല്ലാ റേഡിയോ' എന്നറിയപ്പെടുന്ന മൗലാനാ ഫസലുള്ളയുടെ നേതൃത്വത്തിൽ അരുംകൊലകൾ താണ്ഡവ മാടിയത്. ആ പ്രദേശത്തിലുള്ള നിഷ്കളങ്കരായ ഗ്രാമീണർക്ക് റേഡിയോ യിലൂടെ വിശുദ്ധയുദ്ധത്തെക്കുറിച്ച് പ്രചാരണം നടത്തി അവരുടെ മനസ്സു കളിൽ വർഗ്ഗീയതയുടെ വിഷം കലർത്തുകയായിരുന്നു ഇയാൾ.

വർഗ്ഗീയതയും മതത്തിന്റെ പേരിലുള്ള അസഹിഷ്ണുതയുമാണ് ഭീകരസംഘടനകളെ പോറ്റി വളർത്തുന്നത്. നൈരാശ്യത്തിലേക്ക് തല കുത്തി വീണ ചില വിപ്ലവ സംഘടനകളും ഇപ്പോൾ ഇവരുടെ ക്രൂര ശൈലികളെ പിൻപറ്റുന്നു. ആഗോളദുരന്തമായ ഈ ഭീകരാക്രണങ്ങൾക്ക് പ്രതിരോധവും പ്രതിവിധിയും ഉണ്ടായേ തീരൂ. എല്ലാമനുഷ്യസ്നേഹി കളും രാഷ്ട്രീയ-വർഗ്ഗ-വർണ്ണ-ജാതി-മതഭേദം മറന്ന് അതിനു മുന്നി ട്ടിറങ്ങണം. അത്തരമൊരു രക്ഷാപ്രവർത്തനത്തിലേക്ക് എല്ലാ മനഃസാക്ഷി കളും ഉണരണം. ഒരു ദുരന്തമുണ്ടാകുമ്പോൾ ഓടിയെത്തി വിലാപത്തിൽ പങ്കുകൊണ്ട് ആൾക്കൂട്ടം പിരിഞ്ഞുപോകേണ്ട ഒരു സംഭവമല്ല ഇത്. ഭീകരവാദികൾ ഏതോ ഇരുട്ടുകളിലിരുന്ന് അടുത്ത കുരുതിക്കളത്തെ ക്കുറിച്ച് കൂടിയാലോചന നടത്തുകയാണ്. ഏറെനാൾ കഴിയുന്നതിനുമുമ്പ് അവരുടെ രക്തദംഷ്ട്രകളിൽ ചില മനുഷ്യാത്മാക്കൾ പിടയുന്നത് കാണാം. അങ്ങനെയങ്ങനെ ഭീകരാക്രമണം നമുക്കൊരു വാർത്തപോ ലുമല്ലാതാകും. മുന്നിൽ വീണുപിടയുന്നവന്റെ രക്തത്തിൽ ചവിട്ടി നാം നിസ്സംഗരായി കടന്നുപോകും. നമ്മുടെ മനഃസാക്ഷിയിൽ മാനവികതയുടെ പിടച്ചിൽ ക്രമേണ മരവിച്ചുപോകും.

അതുവരെ നാം കാത്തിരിക്കണോ?

കഥകളി

കഥകളിക്ക് ആട്ടക്കഥ എന്നും പേരുണ്ട്. മുൻകാലങ്ങളിൽ കഥകളിയുടെ സാഹിത്യരൂപത്തെയാണ് ആട്ടക്കഥ എന്ന് വിളിച്ചിരുന്നത്. ഇന്ന് കഥ കളിയുടെ മറ്റൊരു പദമായാണ് ആട്ടക്കഥ പ്രയോഗിക്കുന്നത്. മറ്റു ദൃശ്യ കലകളെപ്പോലെ മതപരമായ ചടങ്ങുകളിൽ നിന്നാണ് അതിന്റെ ഉല്പത്തി. മുടിയേറ്റ്, തിറയാട്ടം, തീയ്ച്ചാട്ടം, കോലംതുള്ളൽ മുതലായ അനുഷ്ഠാനപരമായ അഭിനയരീതികളും പ്രസ്തുത അഭിനയ രീതികൾ ദൃശ്യവൽക്കരിച്ച കലകളായ ചാക്യാർകൂത്ത്, കൂടിയാട്ടം അഷ്ടപദിയാട്ടം തുടങ്ങിയവയും വളർന്ന് പരിപുഷ്ടമായിത്തീർന്ന് സമന്വയിച്ചതാണ് കഥകളി. ഇന്നാകട്ടെ. ചിത്രകല, സംഗീതകല, ശില്പകല, വാദ്യകല, അഭിനയകല, സാഹിത്യകല എന്നിങ്ങനെ എല്ലാ സുകുമാരകലകളും കഥകളിയിൽ സമ്മേളിച്ചിരിക്കുന്നു.

നാട്യം, നൃത്തം,നൃത്യം എന്നിങ്ങനെ പൂർവ്വാചാര്യന്മാർ ദൃശ്യകല കളെ മൂന്നായി വിഭജിച്ചിട്ടുണ്ട്. വാക്യാർത്ഥാഭിനയാത്മകവും രസാശ്രയ വുമാണ് നാട്യം. പദാർത്ഥാഭിനയാത്മകവും ഭാവാശ്രയവുമാണ് നൃത്യം. താളലയാശ്രയമായ അംഗവിക്ഷേപമാണ് നൃത്തം. അപ്രകാരം കഥകളി നൃത്യം എന്ന വിഭാഗത്തിൽ പെടുന്നു. പക്ഷേ, ഇരയിമ്മൻതമ്പി മുത ലായ പ്രതിഭകൾ കഥകളിയെ നാട്യവിഭാഗത്തിലാണ് ഉൾപ്പെടുത്തിയിരി ക്കുന്നത്. എന്നാൽ നാട്യവർഗ്ഗത്തിൽ നാടകത്തിനുള്ള സ്ഥാനമാണ് നൃത്യ വർഗ്ഗത്തിൽ കഥകളിക്കുള്ളത്. എന്ന അഭിപ്രായമാണ് കൂടുതൽ അഭി കാമ്യം.

ആട്ടക്കഥാ പ്രസ്ഥാനത്തിന്റെ ഉപജ്ഞാതാവ് കൊട്ടാരക്കര തമ്പുരാ നാണ്. അദ്ദേഹം രാമായണം കഥയാണ് ആട്ടക്കഥകൾക്ക് വിഷയമായി സ്വീകരിച്ചത്. അതുകൊണ്ട് ആട്ടക്കഥകൾ തുടക്കത്തിൽ രാമനാട്ടം എന്ന പേരിൽ പ്രചരിച്ചു. അദ്ദേഹം രൗദ്ര-വീര ഭാവങ്ങൾക്ക് കൂടുതൽ സ്ഥാനം നല്കി. ആട്ടക്കഥകൾക്ക് ചില പൊതുസ്വഭാവങ്ങളും രീതികളും അന്നേ നിശ്ചയിക്കപ്പെട്ടിട്ടുണ്ട്.

ആട്ടക്കഥയിലെ ശ്ലോകങ്ങളും ദണ്ഡകങ്ങളും സംസ്കൃതത്തിലുള്ള കവിവാക്യങ്ങളാണ്. കഥാപാത്രസംവാദങ്ങളാണ് പദങ്ങൾ. സന്ദർഭ വിവരണത്തിനുള്ള കവിവാക്യമാണ് ശ്ലോകം. ശ്ലോകത്തിലൂടെ വിവരിക്കാൻ കഴിയാത്തത് ദണ്ഡകത്തിലൂടെ വിവരിക്കുന്നു. പദങ്ങളാണ് നടന്മാർ മുദ്രകാണിച്ച് വ്യക്തമാക്കേണ്ടത്. കഥകളിയിലെ അഭിനയത്തിനു തന്നെ രണ്ടു വിഭാഗങ്ങളുണ്ട്. പാട്ടുകാർ പദം ചൊല്ലുമ്പോൾ മുദ്രകൾ കാണിച്ച് ആടുന്നത് ചൊല്ലിയാട്ടം. ചൊല്ലിയാട്ടത്തിന് മുമ്പും പിമ്പും നടന്മാർ നടത്തുന്ന മനോധർമ്മാഭിനയം ഇളകിയാട്ടം. പദാർത്ഥാഭിനയത്തിന് നടന്മാർ ആശ്രയിക്കുന്നത് ഹസ്തലക്ഷണ ദീപികയിലെ മുദ്രകളാണ്. 24 അടിസ്ഥാനമുദ്രകളുണ്ട്. ചെണ്ട, ശുദ്ദമദ്ദളം, ചേങ്ങില, ഇലത്താളം എന്നിവയാണ് വാദ്യോപകരണങ്ങൾ. ഈയിടെയായി സ്ത്രീകഥാപാത്രങ്ങൾക്കായി ഇടക്കയും ഉപയോഗിക്കുന്നുണ്ട്. ചമ്പട, ചമ്പ, ത്രിപുട, പഞ്ചാരി, അടന്ത, മുറിയടന്ത എന്നീ താളങ്ങളും അവയുടെ പ്രസ്താരങ്ങളുമാണ് കഥകളിക്കുള്ളത്. സാത്വികം, രാജസം, താമസം എന്നിങ്ങനെ മൂന്നുതരം വേഷങ്ങളുണ്ട്. പച്ച, മിനുക്ക്, വെള്ളത്താടി എന്നിങ്ങനെയാണ് സാത്വികവേഷങ്ങൾ. കത്തിയും ചുവന്നതാടിയും രാജസഗുണത്തിന് ഉപയോഗിക്കുന്നു. താമസപാത്രങ്ങളുടെ വേഷം കരിയാണ്.

കേളികൊട്ട്, കേളിക്കൈ, തോടയം, പുറപ്പാട്, മഞ്ജുതര (മേളപ്പദം) എന്നിവയാണ് മുഖ്യചടങ്ങുകൾ. കഥകളിയുണ്ടെന്ന് ചുറ്റുപാടുമുള്ള വരെ പകലേതന്നെ ചെണ്ട കൊട്ടി അറിയിക്കുന്നതാണ് കേളികൊട്ട്. അരങ്ങ് കേളി (കേളിക്കൈ), കഥകളി ആരംഭിച്ചുവെന്ന് അറിയിക്കാനായി ചേങ്ങില, ഇലത്താളം, ശുദ്ധമദ്ദളം എന്നീ വാദ്യങ്ങളുടെ മേളം നടത്തലാണ്. പിന്നീട് തോടയം ആരംഭിക്കുന്നു. അരങ്ങ് തിരശ്ശീല കൊണ്ട് മറച്ച് രണ്ടോ മൂന്നോ നടന്മാർ മേളക്കാരെ അഭിമുഖീകരിച്ച് ചില നൃത്തങ്ങൾ ആരംഭിക്കുന്നു. രംഗവിഘ്നോപശാന്തിക്കായി നടത്തുന്ന ഇഷ്ടദേവതാഗാനങ്ങളും അതോടൊപ്പമുണ്ടാകും. ഈ ചടങ്ങ് കഴിഞ്ഞാൽ ഇഷ്ടദേവതന്മാരെക്കുറിച്ചുള്ള വന്ദനശ്ലോകങ്ങളാണ്. പിന്നീട് കഥയിലെ പ്രഥമശ്ലോകം ചൊല്ലുകയാണ്. ഏതെങ്കിലും ഒരു പ്രധാന കഥാപാത്രം രംഗപ്രവേശം ചെയ്യും ഇതാണ് പുറപ്പാട്. അപ്പോൾ അരങ്ങത്തുപയോഗിക്കുന്ന വാദ്യം ചെണ്ടയാണ്. പിന്നീട് 'മഞ്ജുതരക്കുഞ്ജതല കേളീസദനോ' എന്ന് തുടങ്ങുന്ന അഷ്ടപദീ ഗാനം ആലപിക്കുന്നു.

കഥകളിയെ പരിപോഷിപ്പിച്ചതു കോട്ടയത്തു തമ്പുരാൻ, മാർത്താണ്ഡവർമ്മ, ധർമ്മരാജാ തുടങ്ങിയവരാണ്. കാർത്തിക തിരുന്നാളും അശ്വതീ തിരുന്നാളും ആവേശം പകർന്നു, കോട്ടയത്തു തമ്പുരാന്റെ മഹാഭാരതത്തെ ആസ്പദമാക്കിയ കല്യാണസൗഗന്ധികം, കിർമ്മീരവധം, നിവാതകവച കാലകേയവധം തുടങ്ങിയ ആട്ടക്കഥകൾ പ്രശസ്തങ്ങളാണ്. എങ്കിലും മനുഷ്യജീവിതത്തിന്റെ പ്രതിരൂപങ്ങളായി പ്രകാശിക്കുന്ന വികാരോദ്ദീപകങ്ങളായ വർണ്ണനകളോ കഥാപാത്രങ്ങളുടെ

സ്വഭാവപോഷണമോ ഉൽകൃഷ്ടമായ ആശയപ്രവാഹങ്ങളോ ചിന്തകളോ ആദ്യകാലകഥകളിയിൽ ഉണ്ടായിരുന്നില്ല. നളചരിതം മാത്രമാണ് ഉന്നത നിലവാരം പുലർത്തിയത്.

കഥകളി സാഹിത്യത്തിലെ മഹാസംഭവമാണ് ഉണ്ണായിവാരിയരുടെ നളചരിതം ആട്ടക്കഥ. ഭാഷാസാഹിത്യത്തിൽ തന്നെ ആകൃതി മുമ്പന്തിയിൽ നില്ക്കുന്നു. പാത്രസൃഷ്ടിയിലെ മനഃശാസ്ത്രപരമായ അവഗാഹവും ജീവിതോഷ്മളതയും മനുഷ്യബന്ധങ്ങളുടെ മഹത്വവും പവിത്രതയും സ്ത്രീത്വത്തിന്റെ ശക്തിയുമെല്ലാം ആകൃതിയെ ലോകോത്തരമാക്കുന്നു. ആ കാലഘട്ടത്തിലെ മണിപ്രവാള സാഹിത്യത്തിൽ നിന്നുപരിയായി അഗാധമായൊരു ജീവിതദർശനവും അത് കാഴ്ചവെക്കുന്നു. ജോസഫ് മുണ്ടശ്ശേരി, 'കേരളത്തിന്റെ ശാകുന്തളം' എന്നാണ് നളചരിതത്തെ വിശേഷിപ്പിച്ചത്.

ആട്ടക്കഥാസാഹിത്യത്തിലെ മറ്റൊരു മഹാപ്രതിഭ ഇരയിമ്മൻതമ്പിയാണ്. കീചകവധം, ദക്ഷയാഗം, ഉത്തരാസ്വയംവരം തുടങ്ങിയതാണ് അദ്ദേഹത്തിന്റെ പ്രമുഖ രചനകൾ. സംഗീതജ്ഞനായിരുന്നു അദ്ദേഹം.

കൊല്ലവർഷം 9-ാം നൂറ്റാണ്ടോടുകൂടിയാണ് കഥകളി രൂപപ്പെടാൻ തുടങ്ങിയത്. കേരളത്തിന്റെ തനതുകലാരൂപം എന്ന നിലയിലാണ് ഇന്ന് ലോകമെമ്പാടും അറിയപ്പെടുന്നത്. കലാമണ്ഡലം പോലുള്ള ഉന്നത സ്ഥാപനങ്ങൾ കഥകളി പഠിപ്പിക്കുകയും പോഷിപ്പിക്കുകയും അന്താരാഷ്ട്രതലങ്ങളിലേക്ക് അതിന്റെ വ്യാപ്തി വളർത്തുകയും ചെയ്യുന്നു.

മഹാകവി കുമാരനാശാന്റെ നായികമാർ

സംസ്കൃത കാവ്യങ്ങളുടെ ശുഷ്കവും അന്തസ്സാരശൂന്യവുമായ അനുകരണങ്ങളിൽ നിന്ന് പ്രതിഭയുടേയും ഭാവനയുടേയും പുതുമകളിലേക്ക് മലയാള കവിതയെ മാറ്റി പ്രതിഷ്ഠിച്ചതിന്റെ പേരിലാണ് ആശാൻ വാസ്തവത്തിൽ വിപ്ലവത്തിന്റെ ശുക്രനക്ഷത്രമായത്. സാമൂഹിക തിന്മകൾക്കെതിരെ എന്നതുപോലെ കവിതയ്ക്കുള്ളിൽ അതിമഹത്തായ മറ്റൊരു വിപ്ലവം കൂടി സൃഷ്ടിച്ചു അദ്ദേഹം. നായികമാരുടെ അവതരണമായിരുന്നു അത്. അദ്ദേഹത്തിനു മുമ്പ് കവിതയിൽ അവതരിക്കപ്പെട്ട നായികമാർക്ക് സുന്ദരവും മാംസളവുമായ ശരീരം മാത്രമേ ഉണ്ടായിരുന്നുള്ളൂ. ആശാന്റെ നായികമാർക്ക് ശരീരസൗന്ദര്യത്തേക്കാൾ ആത്മശോഭ പകരാനാണ് കവി ശ്രമിച്ചത്. അവരുടെ ആത്മശക്തിയുടേയും ഉലയാത്ത വ്യക്തിത്വത്തിന്റേയും ത്യാഗത്തിലുറപ്പിച്ച സ്നേഹതീവ്രതയുടേയും മുന്നിൽ പുരുഷകഥാപാത്രങ്ങൾ അടിപതറുകയോ നിറം മങ്ങിപ്പോവുകയോ ചെയ്യുന്നു. ആശാൻ കവിതകളിൽ പൂർവ്വകവിതകളിൽ നിന്ന് വ്യത്യസ്തമായി നായികമാരുടെ വ്യക്തിപ്രഭാവത്തിന് പിറകിലാണ് നായകന്മാരുടെ സ്ഥാനം. സ്ത്രീയെ ഈ നിലയിൽ കണ്ടെത്തിയതും അവതരിപ്പിച്ചതുമാണ് ഏറ്റവും ഉദാത്തമായ രീതിയിൽ കവിയെ വിപ്ലവത്തിന്റെ ശുക്രനക്ഷത്രമാക്കിയത്. അത് നമ്മുടെ സ്ത്രീപുരുഷ സംസ്കാരത്തെ തന്നെ ശുദ്ധീകരിച്ചു. സ്ത്രീപുരുഷബന്ധത്തിന്റെ ഏറ്റവും വലിയ സദാചാരവും ആധാരശിലയും സ്നേഹമാക്കി. കവിയുടെ സ്നേഹദർശനം, പ്രപഞ്ചദർശനം, ജീവിതദർശനം എല്ലാം നായികമാരിലൂടെയാണ് അവതരിപ്പിക്കുന്നത്. സ്വാതന്ത്ര്യം, വിപ്ലവം - ഈ സന്ദേശങ്ങളുടെ വാഹകരും നായികമാർ തന്നെ.

വീണപൂവിലെ കുസുമനായികയിൽ തുടങ്ങി കരുണയിലെ വാസവദത്തവരെയുള്ള നായികമാരെ വിശകലനം ചെയ്യുമ്പോൾ ഒരു വസ്തുത മനസ്സിലാകും - സ്നേഹമാണവരുടെ ജീവവായു, സ്നേഹമാണവരുടെ മതവും ദൈവവും പ്രതിഷ്ഠയും എന്ന്. സ്നേഹമെന്നാൽ ജീവിത

ഭോഗങ്ങൾ ആസ്വദിക്കാനുള്ള വെമ്പലല്ല; ജീവിതത്തേക്കാൾ മൂല്യമുള്ളതും മരണത്തെപ്പോലും നിഷ്പ്രഭമാക്കുന്നതുമായ തപസ്സും ധ്യാനവുമാണ്.

"മാംസം വെടിഞ്ഞാൽ തീരുന്നില്ലീ
പ്രണയജടിലം ദേഹിതൻ ദേഹബന്ധം"

എന്ന് മരണത്തിനപ്പുറത്തുപോലും നിലനില്ക്കുന്ന പ്രതിഭാസമാണ്.

കവിയുടെ ആദ്യനായിക വീണപൂവിലെ പൂവാണ്. പൂവ് എന്ന പ്രതീകത്തിനപ്പുറം അതൊരു പെൺജന്മത്തിന്റെ ദുരന്ത കാവ്യമാണ്. കുസുമാന്തരലോലനായ കാമുകനായിരുന്നു ദുരന്തത്തിന് കാരണം. ജീവിതത്തിന്റെ വസന്തനാളുകളിൽ എത്രയോ സുന്ദരന്മാരായ പൂത്തുമ്പികളും ചിത്രശലഭങ്ങളും പൂവിനെ മോഹിച്ചെത്തിയെങ്കിലും കറുത്തിരുണ്ട വികടശബ്ദമുള്ള പരുപരുക്കനായ വണ്ടിനെയാണത് പ്രണയിച്ചത്. ആ തിരഞ്ഞെടുപ്പ് തന്നെ പൂവിനെ സവിശേഷമായൊരു വ്യക്തിത്വത്തിന് ഉടമയാക്കുന്നു. വണ്ട് മറ്റു പൂക്കളെ തേടിപ്പോയപ്പോൾ പൂവിന്റെ ഹൃദയം മുറിഞ്ഞുവെങ്കിലും പൂവിന്റെ സ്നേഹത്തിന്റെ ശുദ്ധിയും നന്മയും നിഷ്ഠയും വണ്ടിനെ മാനസാന്തരപ്പെടുത്തി. പൂവിന്റെ ദുരന്തത്തിൽ പശ്ചാത്താപവിവശനായി വണ്ട് തലയറഞ്ഞ് കേഴുകയാണ്.

രണ്ടാമത്തെ നായിക 'നളിനി'യിലെ നളിനിയാണ്. അവളുടേത് അതികഠിനമായ പ്രണയതപസ്സായിരുന്നു. സമ്പന്നമായ ജീവിതസാഹചര്യങ്ങളുണ്ടായിരുന്നിട്ടും, വിവാഹിതയായി അതിപ്രലോഭനീയ ജീവിതം നയിക്കാമായിരുന്നിട്ടും, നളിനി അവയെല്ലാം തിരസ്കരിച്ച് വീട് വിട്ടിറങ്ങി. ബാല്യത്തിൽ കളിക്കൂട്ടുകാരനായിരുന്ന തോഴനെ അന്വേഷിച്ചായിരുന്നു യാത്ര. ദിവാകരൻ എന്ന ആ തോഴനാവട്ടെ സന്ന്യാസിയായി ജീവിതം ലോകത്തിന്റെ ദുരിതശമനത്തിനായി ഉഴിഞ്ഞുവെച്ചിരിക്കുകയാണ്. നളിനിയുടെ കഠിനമായ സ്നേഹതപസ്സ് ഒരിക്കൽ അദ്ദേഹത്തെ അവളുടെ മുന്നിലേക്ക് ആവാഹിക്കുക തന്നെ ചെയ്തു. അപ്പോൾ അവളുടെ ദൃഢസ്നേഹത്തിന് മുന്നിൽ ഒരു നിമിഷം സന്ന്യാസി അടിപതറി. ഒടുവിൽ അദ്ദേഹത്തിന്റെ നെഞ്ചിനെ ചരമശയ്യയാക്കി അവൾ ജീവൻ വെടിഞ്ഞപ്പോൾ ആ സന്ന്യാസി തന്റെ വിശ്വസ്നേഹത്തേക്കാൾ എത്ര തീവ്രമായിരുന്നു അവളുടെ തന്നോടുള്ള പ്രണയമെന്ന് അംഗീകരിക്കുകയും ചെയ്തു.

മൂന്നാമത്തെ നായിക 'ലീല'യിലെ ലീലയാണ്.

വിവാഹം എന്ന സ്ഥാപനത്തിൽ കടന്നുകൂടിയിട്ടുള്ള അസമത്വത്തേയും ദുർനിയമങ്ങളേയും വിമർശിക്കാൻ കൂടിയാണ് കവി ഈ നായികയെ അവതരിപ്പിക്കുന്നത്. കാവ്യത്തിൽ ലീലയിലൂടെ സ്നേഹമാണ് താലിയല്ല വിവാഹബന്ധത്തിന്റെ അടിത്തറ എന്ന ആശയത്തിന് കവി അടിവരയിടുന്നു. ആത്മബോധം ഉദിച്ചിട്ടില്ലാത്ത നാളിലാണ് പിതാവ്

കമനൻ എന്ന സുന്ദരനും സമ്പന്നനുമായ യുവാവിന് ലീലയെ വിവാഹം ചെയ്തു കൊടുക്കുന്നത്. അവളുടെ ഹൃദയമപ്പാടെ മദനൻ എന്ന കളിത്തോഴനിലായിരുന്നു. വിവാഹിതയായതിന് ശേഷമാണ് തനിക്ക് മദനനോടുള്ള സ്നേഹമാണ് തന്റെ ആത്മസത്യമെന്നറിയുന്നത്. അവൾ ഭർത്താവിനോടൊത്തുള്ള ജീവിതത്തിലും 'തരംഗലീലയിൽ തടശില' പോലെ തന്റെ ആത്മസത്യം കാത്തുവെച്ചു. പിന്നീട് അവളുടെ ഭർത്താവ് മരിച്ചു. അവൾ ഭർതൃഗൃഹം വിട്ടിറങ്ങി. എല്ലാ സുഖസൗകര്യങ്ങളോടും യാത്രപറഞ്ഞ് മദനനെ തേടിയിറങ്ങി. മദനനാകട്ടെ ലീലയെ നഷ്ടപ്പെട്ടപ്പോൾ ദുഃഖം സഹിക്കാനാവാതെ ബുദ്ധി പതറി ഏതോ കാട്ടിൽ അലയുകയാണ്. ലീലയുടെ ഇച്ഛാശക്തികൊണ്ട് അവൾ ഒരു ദിവസം മദനനെ കണ്ടെത്തുക തന്നെ ചെയ്തു. അവർ പരസ്പരം ആലിംഗനബദ്ധരായി. അമ്മയ്ക്ക് കുഞ്ഞിനോട് തോന്നുന്ന അലിവോടെ ലീല മദനന്റെ ശോഷിച്ച മേനിയിൽ തഴുകി. അവൾക്ക് ആ നിമിഷം എത്രയോ ജന്മങ്ങൾക്കുള്ള സുകൃതപാഥേയമായി. അതിനുശേഷം രണ്ടുപേരും രേവാനദിയിൽ ലയിച്ച് മരണത്തിലൂടെ ഒന്നായി.

ആശാന്റെ ഏറ്റവും ശക്തയായ നായിക 'ചിന്താവിഷ്ടയായ സീത' യിലെ സീതയാണ്. കവിയുടെ സാമൂഹിക നിയമങ്ങളോടുള്ള പ്രതിഷേധവും സ്വാതന്ത്ര്യത്തെക്കുറിച്ചുള്ള സങ്കല്പവും സീതയിലൂടെയാണ് നിർവ്വഹിക്കുന്നത്. വ്യവസ്ഥിതികളിലെ അനീതിയുടേയും പുരുഷനീതിയുടേയും അധികാരങ്ങളെയെല്ലാം വെല്ലുവിളിക്കുന്ന രോഷത്തിന്റെ അഗ്നിപുത്രിയായാണ് സീത കാവ്യത്തിൽ പ്രത്യക്ഷപ്പെടുന്നത്. സീതയുടെ വിചാരണയ്ക്കു മുന്നിൽ നരോത്തമനെന്നും ഉത്തമരാജാവെന്നും പ്രശസ്തനായ രാമൻ പലപ്പോഴും വിളറിപ്പോകുന്നു. ആശാന്റെ സീതയെപ്പോലെ ശക്തമായ ഒരു സ്ത്രീസാന്നിദ്ധ്യം മലയാള സാഹിത്യത്തിൽ അതിനു മുമ്പോ ശേഷമോ കണ്ടിട്ടില്ല.

'ദുരവസ്ഥ'യിലെ സാവിത്രി എന്ന നായിക ജാതി, അയിത്തം തുടങ്ങിയ ദുരാചാരങ്ങൾക്കെതിരെ കടുത്ത പ്രഹരമാകുന്നു. നമ്പൂതിരി സ്ത്രീയായ സാവിത്രി, ചാത്തൻ എന്ന പുലയയുവാവിനെ വിവാഹം കഴിച്ചുകൊണ്ടാണ് വിപ്ലവ നായികയാകുന്നുത്.

'ചണ്ഡാലഭിക്ഷുകി'യിലെ മാതംഗി എന്ന നായികയെ കവി പ്രണയത്തിന്റെ ഏറ്റവും ഉദാത്തമായ പദവിയിലെത്തിക്കുന്നു, ചണ്ഡാലികയായ മാതംഗിക്ക് ബുദ്ധഭിക്ഷുവായ ആനന്ദനോടാണ് പ്രണയം. ഭഗവാൻ ബുദ്ധൻ അവളെ ശിഷ്യയായി സ്വീകരിച്ചപ്പോൾ ജാതിക്കോമരങ്ങൾ ഉറഞ്ഞുതുള്ളി ബുദ്ധസവിധത്തിലെത്തി. ഭഗവാൻ ബുദ്ധൻ അവളെ കൈവെടിഞ്ഞില്ല. അവളുടെ വ്യക്തിഗതമായ പ്രണയത്തെ ലോകാനുരാഗമാക്കി മാറ്റി ലോകസേവനത്തിന് പര്യാപ്തമാക്കുന്നു അദ്ദേഹം.

'കരുണ' എന്ന അവസാന കൃതിയിലെ നായിക വാസവദത്ത എന്ന അഭിസാരികയാണ്. അതിസുന്ദരിയും അതിസമ്പന്നയുമായിരുന്ന അവളുടെ ചുറ്റും എല്ലാ സുഖഭോഗങ്ങളുമുണ്ടായിരുന്നു. രാജാവും നാട്ടുപ്രമാണിമാരും വണിക്കുകളും അവളുടെ ശരീരമോഹികളായ കാമുകന്മാരായിരുന്നു. അവരോടൊപ്പം ദുഷിച്ച ജീവിതമാണ് അവൾ നയിച്ചിരുന്നത്. കാമുകന്മാരിലൊരുവനെ കൊന്നതിന്റെ രക്തക്കറയും അവളുടെ ജീവിതത്തിലുണ്ട്, അത്രയും പാപപങ്കിലമായ ജീവിതത്തിൽ നിന്നാണ് അവൾ ആത്മാവിന്റെ ഉദാത്തതയെ പ്രാപിക്കുന്നത്. ബുദ്ധശിഷ്യനോട് തോന്നിയ വിശുദ്ധമായ പ്രണയമാണ് വാസവദത്തയെ വിമലീകരണത്തിന് കാരണമാക്കിയത്. പ്രലോഭനീയമായ ജീവിതാവസ്ഥകളിലെല്ലാം ഉപഗുപ്തൻ അവളുടെ ക്ഷണം നിരസിക്കുകയായിരുന്നു. വധശിക്ഷക്ക് വിധിക്കപ്പെട്ട് അംഗങ്ങളെല്ലാം ഛേദിച്ച നിലയിൽ മരണാസന്നമായ സമയത്താണ് ശ്മശാനത്തിൽ വെച്ച് ഉപഗുപ്തൻ അവളെ കാണാനെത്തുന്നത്. അദ്ദേഹം അവളുടെ വാർ നെറ്റിയിൽ അലിവോടെ തലോടിയ മുഹൂർത്തം അവളുടെ സകല പാപങ്ങളും ഇല്ലാതാക്കുന്നതും അവളെ ജിവന്മുക്തയാക്കുന്നതുമായിരുന്നു.

മൃത്യുവിന്റെ മഹാമാരികൾ

ലോകമഹായുദ്ധങ്ങളുണ്ടാക്കിയ മരണത്തിന്റേയും ദുരന്തങ്ങളുടേയും മഹാപ്പെയ്ത്തിൽ നിന്ന് ഇനിയും മനുഷ്യനും പ്രകൃതിക്കും മോചനം നേടാൻ കഴിഞ്ഞിട്ടില്ല. മാത്രമല്ല, നാമിപ്പോഴും ഒരു യുദ്ധത്തിന്റെ നിഴലിലാണ് ജീവിക്കുന്നത്. ഏതെങ്കിലും ഒരു രാഷ്ട്രത്തലവന്റെ അപക്വമായ പകയോ പ്രതികാരമോ അവിവേകമോ ലോകത്തെ ഇനിയും ഒരു യുദ്ധത്തിന്റെ മൃത്യുഭൂമിയിലെത്തിച്ചെന്ന് വരാം. രാഷ്ട്രങ്ങൾ ഇന്ന് ആണവ വെടിപ്പുരകളായി മാറിയിരിക്കുകയാണ്. വെറും 12 മിനിറ്റുകൾക്കുള്ളിൽ ഒരു ലക്ഷം ഹിരോഷിമകൾ ആവർത്തിക്കാനുള്ള ആണവായുധങ്ങളാണ് അമേരിക്കയുടേയും റഷ്യയുടേയും കൈകളിലുള്ളത്. അമേരിക്ക, റഷ്യ, ഫ്രാൻസ്, ഇംഗ്ലണ്ട്, ചൈന, ഇസ്രായേൽ, ഇന്ത്യ, പാകിസ്ഥാൻ, ഉത്തര കൊറിയ തുടങ്ങിയ ആണവരാഷ്ട്രങ്ങൾക്ക് ഒന്നു കൈപിഴച്ചാൽ ഭൂമിയുടെ നിലനില്പ് ആടിയുലയുമെന്ന അവസ്ഥയാണ്. ജപ്പാൻ അമേരിക്കയുടെ ആണവത്താവളത്തിന് കീഴിൽ അഭയം തേടിയിരിക്കുകയാണ്. ജപ്പാനിലെ ഒക്കിനാവ അമേരിക്കയുടെ ആണവമിസൈലുകൾ വിക്ഷേപിക്കാനുള്ള സൈനികത്താവളമായിരിക്കുകയാണ്. അവിടെ നിന്നാണ് അമേരിക്ക വിയറ്റ്നാമിലേയും ഇറാക്കിലേയും അഫ്ഗാനിസ്ഥാനിലേയും ജനങ്ങൾക്ക് നേരെ നരനായാട്ടു നടത്തുന്നത്.

ദൈവവും മനുഷ്യനും തമ്മിലുണ്ടാക്കിയ ഒരു ഉടമ്പടിയെക്കുറിച്ച് ബൈബിൾ പഴയനിയമത്തിൽ പറയുന്നുണ്ട്. ലോകം പാപികളെകൊണ്ട് നിറഞ്ഞപ്പോൾ രോഷാകുലനായ ദൈവം ദീർഘനാളത്തെ പ്രളയമുണ്ടാക്കി ഭൂമിയിലെ ജീവനുകളെയെല്ലാം അതിലൊഴുക്കി. നീതിമാനായ നോഹയോട് ഒരു പെട്ടകം തീർക്കാനും എല്ലാ ജീവജാലങ്ങളിൽ നിന്നും ഓരോരോ ആൺ-പെൺ ഇണകളെ അതിൽ കയറ്റി രക്ഷപ്പെടാനും അരുൾ ചെയ്തു. കൺമുന്നിലൊടുങ്ങുന്ന ജീവനുകളെക്കുറിച്ചോർത്ത് ശോകാകുലനായ നോഹയോട് അനുതാപം കൊണ്ട് ദൈവത്തിന്റെ രോഷമെല്ലാം കെട്ടടങ്ങി. ദൈവം നോഹയ് ക്ക് ഒരു വാഗ്ദാനം നല്കി. "ഇനിയൊരിക്കലും ഒരു പ്രളയമുണ്ടാക്കി ഞാൻ സർവ്വതും സംഹരിക്കില്ല. ഈ ഉടമ്പടിയുടെ ശാശ്വതസ്മാരകമായി ഞാനീ ദിവ്യമായ മഴവില്ല്

മേഘമാലകളിൽ ചേർത്തുവെയ്ക്കുന്നു. ഇത് മനുഷ്യരും ഭൂമിയടക്കമുള്ള എല്ലാ ചരാചരങ്ങളോടുമുള്ള എന്റെ പ്രതിജ്ഞയാണ്. നിങ്ങളും പാപങ്ങളും തിന്മകളുമൊഴിവാക്കി പരസ്പരം ഇണങ്ങി ജീവിക്കുക."

ആ കരാർ നാം നിറവേറ്റിയോ?

ആ സ്വപ്നങ്ങളുടെ പച്ചപ്പിൽ പുതഞ്ഞ ഭൂമിയെവിടെ? സ്നേഹത്തിൽ പുത്തുലഞ്ഞ മനുഷ്യവംശമെവിടെ?

ലോകമഹായുദ്ധങ്ങളോടെ ആ ഉടമ്പടി നം പൂർണ്ണമായും ലംഘിച്ചു. ലോഭവും ഹിംസയും താണ്ഡവമാടി. ആകാശം പകയുടെ കരിനാഗങ്ങളിഴയുന്ന വിഷലോകമായി. ഭൂമി ജീവചൈതന്യം നഷ്ടപ്പെട്ട് ഒരു തമോഗർത്തമായി. ഈ ആഘാതങ്ങളെല്ലാം ആത്മാവിലേറ്റുകൊണ്ടാണ് ഡൈനാമൈറ്റ് കണ്ടുപിടിച്ച ആർഫ്രെഡ് നോബൽ തന്റെ മരണപത്രത്തിൽ അതിതീവ്രമായി കുമ്പസാരം നടത്തിയത്. ആറ്റംബോംബ് കണ്ടുപിടിച്ച ആൽബർട്ട് ഐൻസ്റ്റീൻ തന്റെ ജീവിതം ശാപഗ്രസ്തമായി എന്ന് വിലപിച്ചത്. അന്നത്തേക്കാൾ ഭയങ്കരമായ അസുരമായ കാഴ്ചകളും ശബ്ദങ്ങളും നമ്മെ മനുഷ്യരല്ലാതാക്കിക്കൊണ്ടിരിക്കുന്നു.

മഹാഭാരതവും ഈ ഉടമ്പടി തകരുന്നതിന്റെ മുന്നറിയിപ്പ് നല്കുന്നുണ്ട്. പാപികളെക്കൊണ്ടുള്ള ഭാരം വഹിക്കാൻ കഴിയാതായപ്പോൾ ഭൂമീദേവി ദൈവത്തോട് പരാതി പറഞ്ഞുവത്രേ. അതിന് നിർദ്ദേശിക്കപ്പെട്ട പരിഹാരമായിരുന്നു കുരുക്ഷേത്രയുദ്ധം. കലിയുടെ അംശമായി കൗരവരും ദേവാംശരായി പാണ്ഡവരും സൃഷ്ടിക്കപ്പെട്ടു. അവർ തമ്മിൽ മദമാത്സര്യങ്ങളുണ്ടായി. ഒടുവിൽ ഘോരമായ കുരുക്ഷേത്രയുദ്ധമുണ്ടായി. മഹാത്മാക്കൾ കിണഞ്ഞു പരിശ്രമിച്ചിട്ടും യുദ്ധമെന്ന പ്രളയത്തിന് അണകെട്ടാൻ കഴിഞ്ഞില്ല. ആ അലംഘ്യവിധിയിൽ എല്ലാമൊടുങ്ങി.

യുദ്ധാവസാനത്തിൽ അതിന്റെ ഭീകരതയിൽ ആത്മാവ് പിടഞ്ഞു രണ്ടുപേർ നിലവിളിക്കുന്നുണ്ട്-ഗാന്ധാരിയും വ്യാസനും. വിശ്വത്തോളം വലുതായ മാതൃഹൃദയവുമായാണ് സ്വപക്ഷത്തിനും എതിർപക്ഷത്തിനും വേണ്ടി ഗാന്ധാരിയമ്മ വിലപിക്കുന്നത്. വ്യാസനാകട്ടെ മാനവരാശിയുടെ ദുരന്തങ്ങളത്രയും ഹൃദയത്തിൽ വഹിച്ചുകൊണ്ട്,

> "ഞാനിതാ കയ്യുയർത്തി നിലവിളിക്കുന്നു.
> ആരും എന്റെ നിലവിളി കേൾക്കുന്നില്ലല്ലോ.
> ഞാൻ ധർമ്മത്തെക്കുറിച്ചെത്ര പറഞ്ഞു.
> ആരും അത് ചെവിക്കൊണ്ടില്ലല്ലോ."

എന്ന് നിസ്സഹായനായി.

എക്കാലത്തേയും ആവർത്തിക്കുന്ന മഹാതിന്മയാണ് യുദ്ധം. അതുകൊണ്ട് യുദ്ധത്തിനെതിരെയുള്ള ഈ നിലവിളികൾക്ക് എന്നും പ്രസക്തിയുണ്ട്. 630 നൂറ്റാണ്ടുകളുടെ രേഖപ്പെട്ട മാനവചരിത്രത്തിൽ 200–300

വർഷങ്ങൾ മാത്രമേ ശാന്തിയുടേതായിട്ടുള്ളൂവെന്ന് പറയപ്പെടുന്നു. പിന്നീടുള്ളത് ലോഭത്തിന്റെയും ഹിംസയുടേയും മുന്നേറ്റത്തിന്റെ ചരിത്രമാണ്. ഈ നൂറ്റാണ്ടുകൾ അവയുടെ രാക്ഷസരൂപങ്ങളാണ്. ഗുരുദ്രോണാചാര്യർ പുത്രൻ അശ്വത്ഥാമാവിനും പ്രിയശിഷ്യൻ അർജ്ജുനനും മാത്രം ഉപദേശിച്ച ദിവ്യാസ്ത്രമായിരുന്നു ബ്രഹ്മശിരസ്സ്. അവർക്കത് നല്കുമ്പോൾ അത് മനുഷ്യരിലൊരിക്കലും പ്രയോഗിക്കരുത് എന്ന് നിഷ്കർഷിച്ചിരുന്നു. അതിന് ലോകത്തെ മുഴുവൻ ചാമ്പലാക്കാനുള്ള സംഹാരശക്തി ഉണ്ടായിരുന്നുവത്രെ. കുരുക്ഷേത്രയുദ്ധത്തിന്നൊടുവിൽ ക്രോധാന്ധനായ അശ്വത്ഥാമാവ് അത് 'അപാണ്ഡവാ' എന്ന് ജപിച്ച് പാണ്ഡവരുടെ നേർക്ക് പ്രയോഗിച്ചു. അതിനെ തടയാൻ പ്രത്യസ്ത്രമായി അർജ്ജനനും അത് പ്രയോഗിക്കേണ്ടിവന്നു. ഒടുവിൽ മഹാത്മാവായ വേദവ്യാസന്റെ ഉപേദേശപ്രകാരം അർജ്ജുനൻ അസ്ത്രം പ്രതിസംഹരിച്ചു. അശ്വത്ഥാമാവിന് അത് പ്രതിസംഹരിക്കാനറിയാത്തതുകൊണ്ട് അഭിമന്യുപത്നി ഉത്തരയുടെ ഗർഭസ്ഥശിശുവിലേക്ക് അത് നിയോഗിച്ചു. ഏറ്റവും ഭീഷണമായ ആ പ്രവൃത്തി കണ്ട് കൃഷ്ണൻ അശ്വത്ഥാമാവിനെ ശപിക്കുന്നു.

"പാപാത്മാവായ നീ ചിരഞ്ജീവിയാകും. നിനക്കൊരിക്കലും മോചനമുണ്ടാകില്ല. സർവ്വവ്യാധികളും പിടിപെട്ട് വ്രണങ്ങൾ നിറഞ്ഞ് ചോരയും ചലവുമൊഴുകി, എല്ലാവർക്കും അറപ്പുണ്ടാക്കുന്ന വിധത്തിൽ നീ ജീവിക്കും." ഓരോ യുദ്ധത്തിലും കൂടുതൽ പൈശാചികതയുടെ അശ്വത്ഥാമാവുകൾ അവതരിക്കുന്നു. ആധുനിക ബ്രഹ്മശിരസ്സുകളായ ബോംബുകളും രാസായുധങ്ങളും പ്രതി സംഹരിക്കാത്തിടത്തോളം മനുഷ്യവംശമെന്നാൽ ചോരയും ചലവും മണക്കുന്ന അറപ്പിക്കുന്ന മേൽവിലാസമാകുമോ?

ഡൽഹി സംഭവവും ഇന്ത്യയിലെ ബാല ശിക്ഷാനിയമം

ആധുനിക സമൂഹം നീതിന്യായ വ്യവസ്ഥകളിൽ ആവശ്യത്തിലധികം വെള്ളം ചേർത്ത് ദുർബ്ബലമാക്കിയിരിക്കുന്നു. ആയിരം കുറ്റവാളികൾക്ക് രക്ഷപ്പെടാം. എന്നാൽ ഒരു നിരപരാധി ശിക്ഷിക്കപ്പെടരുത് എന്നായിരിക്കുന്നു ഇപ്പോഴത്തെ നീതിബോധം. നിരപരാധി ശിക്ഷിക്കപ്പെടരുത് എന്നത് പോലെ പ്രധാനമാണ് കുറ്റവാളി ശിക്ഷിക്കപ്പെടണമെന്നത്. നീതിവ്യവസ്ഥ കർക്കശമാക്കിയാലേ അതിന് സാർവ്വത്രികമായ പ്രസക്തി കൈവരികയുള്ളൂ. വൻ 'സ്രാവു'കൾക്കും അതിഭീകരകുറ്റവാളികൾക്കും രക്ഷപ്പെടാനുള്ള നിയമത്തിന്റെ പഴുതുകൾ വലുതായിക്കൊണ്ടിരിക്കുകയാണ്. ആ പഴുതുകൾ ആശങ്കമാംവിധം വലുതായിക്കൊണ്ടിരിക്കുന്നുവെന്ന് ഡൽഹിസംഭവം നമ്മോട് വിളിച്ചു പറയുന്നു.

പീഡനത്തിനിരയായ ഹതഭാഗ്യയായ പെൺകുട്ടിയെ ഏറ്റവും പൈശാചികമായി ദ്രോഹിച്ചത് 18-ൽ താഴെ പ്രായമുള്ളവനായിരുന്നു. അവന് കിട്ടാവുന്ന പരമാവധി ശിക്ഷ 3 വർഷത്തെ തടവാണ്. അതും നീതിന്യായവ്യവസ്ഥിതിയുടെ എല്ലാ പരിലാളനങ്ങളും ദയവായ്പുകളും പരിരക്ഷകളും അകമ്പടി സേവിച്ചുകൊണ്ട്. മൂന്ന് വർഷത്തിനുശേഷം പൂർണ്ണവളർച്ചെത്തി. അയാൾ പുറംലോകത്തെത്തിയാലുള്ള അവസ്ഥ എന്തായിരിക്കും? വളർന്നുവരുംതോറും സമൂഹത്തിന് അയാൾ ഭീഷണിയായിരിക്കും. സമൂഹശരീരത്തിലെ രോഗഗ്രസ്തമായ ഒരവയവമായി അവൻ മാറും. സമൂഹശരീരത്തിലെ മറ്റു ഭാഗങ്ങളെ രക്ഷിക്കാൻ ആ വിഷവിത്തിനെ മറ്റു കുറ്റവാളികളോടൊപ്പം ഉന്മൂലനം ചെയ്യേണ്ടതില്ലേ? ആ രക്തരക്ഷസ്സ് ഒരു 'കുട്ടി'യാണോ? കുട്ടിത്തത്തിന്റെ ഏത് നന്മയും നേർമ്മയും തെളിമയുമാണ് ആ വിഷജീവിയിലുള്ളത്? അവൻ പ്രായവും ശരീരവും ബുദ്ധിയും മാരകമാംവിധം പൂർത്തിയായ ഒരു കുറ്റവാളിയാണ്. 'കുട്ടി'യുടെ യാതൊരു ആനുകൂല്യവും അവന് നല്കിക്കൂടാ. പിശാച് മനുഷ്യരൂപത്തിൽ പിറന്ന് ദൈവത്തിന് പറ്റിയ ഒരു കൈപ്പിഴയാണ് അയാൾ. 18 വയസ്സിനു താഴെയുള്ളവർക്ക് ശിക്ഷയിൽ ഇളവ് നല്കുന്നതിനെക്കുറിച്ച് ഒരു ഉപരിചിന്ത വേണ്ടിയിരിക്കുന്നു. അത്തരം കുറ്റവാളികളുടെ എണ്ണം

പെരുകിക്കൊണ്ടിരിക്കയാണ്. പലരും കായികവും ബുദ്ധിപരവുമായ പൂർണ്ണവളർച്ചയെത്തിയവരാണ്. അവർക്ക് തിരിച്ചറിവില്ല എന്ന വാദവും ന്യായീകരിക്കത്തക്കതല്ല. ശിക്ഷാവിധിക്ക് പ്രായമോ കുടുംബപശ്ചാത്തലമോ അല്ല മാനദണ്ഡമാക്കേണ്ടത്. ചെയ്ത കുറ്റത്തിന്റെ ഭീകരതയാണ്. ഡൽഹി സംഭവത്തിലെ 'കുട്ടി' അതിനീചനായ ഒരു മുതിർന്ന മനുഷ്യൻ ചെയ്യാവുന്നതിൽ വെച്ച് ഏറ്റവും ക്രൂരമായ അസാധാരണത്തിൽ അസാധാരണമായ കൃത്യമാണ് ചെയ്തിരിക്കുന്നത്. ഇപ്പോഴത്തെ ശിക്ഷാവിധി പ്രകാരം അയാളെ പറഞ്ഞുവിടുന്ന ദുർഗ്ഗുണപാഠശാല അയാളെ ഉൾക്കൊള്ളാൻ അപര്യാപ്തമാകും.

ഇത്തരം കുറ്റവാളികൾക്ക് മുന്നിൽ നീതിന്യായവ്യവസ്ഥയിലെ നിയമങ്ങൾ അപര്യാപ്തമാണെന്ന് ബോധ്യമുള്ളതുകൊണ്ടാണ് സുപ്രീം കോടതി 'ജുവനൈൽ' എന്ന പദത്തെ പുനർവ്യാഖ്യാനിക്കണമെന്ന് ചിന്തിക്കുന്നത്. പ്രായപൂർത്തി 18 എന്നതിന് പകരം 16 ആക്കണമെന്നും സുപ്രീം കോടതിയുടെ പരിഗണനയിലുണ്ട്.

വർഷങ്ങൾക്ക് മുമ്പ് ഡൽഹിയിലെ 'സുന്ദർനാഗരി'യിൽ ഉണ്ടായ ഒരു സംഭവമാണ് കുട്ടിക്കുറ്റവാളികളെ ഈവിധമൊക്കെ പരിലാളിക്കുന്നതിലേക്ക് നിയമങ്ങളുണ്ടാക്കിയത്. പതിനാലിനും പതിനഞ്ചിനുമിടയ്ക്ക് പ്രായമുള്ള രണ്ടു കുട്ടികൾ പോക്കറ്റടിച്ചുവെന്ന് ആരോപിക്കപ്പെട്ട് പിടിയിലായി. അവിടെ കൂടിയ ജനക്കൂട്ടം മാരകമാംവിധം കുട്ടികളെ കൈകാര്യം ചെയ്തു. അവർ പൊലീസിൽ ഏല്പിക്കപ്പെട്ടു. കുട്ടികൾ ആരും രക്ഷിക്കാനില്ലാതെ 3 ദിവസം ലോക്കപ്പിൽ കിടന്നു. മാതാപിതാക്കൾക്ക് പോലും കുട്ടികളെ കാണാൻ അനുവാദമുണ്ടായില്ല. പിന്നീട് കോടതിയിൽ ഹാജരാക്കപ്പെട്ടപ്പോഴത്തെ കുറ്റം തെളിയിക്കപ്പെട്ടതുമില്ല. ഈ സംഭവം ആ കുട്ടികളുടെ ജീവിതമാകെ തകിടം മറിച്ചു. അവർ സ്കൂളിൽ നിന്ന് പുറത്താക്കപ്പെട്ടു. സഹപാഠികളും അധ്യാപകരും അവരെ വെറുത്തു. സമൂഹത്തിൽ ഒറ്റപ്പെട്ടു. ഇത്തരം സംഭവങ്ങൾ വീണ്ടും ആവർത്തിച്ചുകൊണ്ടിരുന്നു. നിസ്സാരമായ കുറ്റങ്ങൾക്കുപോലും കുട്ടികൾ അതികഠിനമായി ശിക്ഷിക്കപ്പെടുന്നു. അങ്ങനെ ശിക്ഷിക്കപ്പെടുന്നവരാകട്ടെ ഏറെക്കുറെ ദരിദ്രനാരായണന്മാരാണ്. ക്രിമിനലുകളായി ആരും ജനിക്കുന്നില്ല എന്നും, സാഹചര്യമാണ് അവരെ കുറ്റവാളികളാക്കുന്നതെന്നും വീട്ടിൽ നിന്ന് വേണ്ടത്ര ശ്രദ്ധയോ തിരുത്തലോ കിട്ടാത്തതുകൊണ്ടാണ് അവരുടെ ബാല്യം കളങ്കപ്പെടുന്നതെന്നുമുള്ള നിഗമനങ്ങൾ സുപ്രീംകോടതിയെ വളരെ മഹിതവും മാനുഷികവുമാക്കി. അതിനുശേഷം കുട്ടിക്കുറ്റവാളികളുടെ പരിരക്ഷയെച്ചൊല്ലി ഒട്ടേറെ ഉദാരനിയമങ്ങളും സംവിധാനങ്ങളുമുണ്ടായി. 1985 ൽ യുണൈറ്റഡ്നേഷനിൽ അവതരിപ്പിക്കപ്പെട്ട പ്രമേയത്തിലും എല്ലാ കുട്ടികൾക്കും സംരക്ഷിക്കപ്പെടാനുള്ള അവകാശമുണ്ടെന്നതിനാണ് ഊന്നൽ നൽകിയത്.

ഇന്ന് നമുക്ക് ഒരു വനിതാ-ശിശുക്ഷേമ മന്ത്രാലയം തന്നെ ഉണ്ട്. വിവിധ ഹൈക്കോടതികൾ ജൂവനൈൽ ജസ്റ്റിസ് കമ്മിറ്റികൾ രൂപീകരിച്ചിട്ടുണ്ട്. അവയുടെ അദ്ധ്യക്ഷത വഹിക്കുന്നത് സിറ്റിംഗ് ജഡ്ജിമാരാണ്.

ഡൽഹിയിലാകട്ടെ ഈ കമ്മിറ്റി വളരെ മാതൃകാപരമായാണ് പ്രവർത്തിക്കുന്നത്. ഒട്ടേറെ സംഘടനകളും സ്ഥാപനങ്ങളും ഈ ലക്ഷ്യം മുൻനിർത്തി പ്രവർത്തിക്കുന്നു.

കുറ്റവാളികളാണെങ്കിലും സമൂഹത്തിൽ കുട്ടികൾ അന്തസ്സോടെ ജീവിക്കണമെന്നും നന്മയിലേക്ക് നയിക്കപ്പെടണമെന്നുമൊക്കെയാണ് അവയുടെയെല്ലാം ലക്ഷ്യവും സ്വപ്നവും. കുറ്റങ്ങളുടെ സാന്ദ്രത കണക്കാക്കുന്നതുപോലും കുട്ടികളുടെ സാമൂഹികാവസ്ഥയും കുടുംബപശ്ചാത്തലവും മാനദണ്ഡമാക്കിയാണ് എന്നതുതന്നെ ഔദാര്യത്തിന്റെ അറ്റമില്ലായ്മയെയാണ് കാണിക്കുന്നത്. ഒരു കുട്ടിയും ഒരു സാഹചര്യത്തിലും ജയിലിലോ പൊലീസ് ലോക്കപ്പിലോ കഴിയുന്നില്ല എന്ന് ഉറപ്പുവരുത്താനും വ്യവസ്ഥയുണ്ട്.

ഈ ഔദാര്യങ്ങൾക്ക് ഒരു മറുവശമുണ്ട്. കുറ്റവാളികളായ കുട്ടികളുടെ എണ്ണം അനുനിമിഷം വർദ്ധിക്കുന്നു. മുതിർന്നവർ കുറ്റകൃത്യങ്ങൾക്കായി കുട്ടികളെ നിയോഗിക്കുന്നു. അവർ പലതരത്തിലുള്ള ചൂഷണങ്ങൾക്കും വിധേയരാകുന്നു. സമൂഹം കുട്ടികളിലൂടെ ഹിംസയിലേക്ക് കൂപ്പുകുത്തുന്നു. നമ്മുടെ നീതിന്യായവ്യവസ്ഥ ധർമ്മ വ്യവസ്ഥ കൂടിയാകണം. അതിന് പുരാണത്തിലെ അണിമാണ്ഡവ്യന്റെ കഥയിലേക്കൊന്ന് പോയിവരാം.

അണിമാണ്ഡവ്യൻ മൗനവ്രതമനുഷ്ഠിച്ചിരുന്ന വേളയിൽ രാജകൊട്ടാരത്തിൽ വലിയ മോഷണം നടന്നു. രാജകിങ്കരന്മാർ പിന്തുടർന്നപ്പോൾ മോഷ്ടാക്കൾ അണിമാണ്ഡവ്യന്റെ ആശ്രമപരിസരത്തുകൂടിയാണ് രക്ഷപ്പെടാൻ ശ്രമിച്ചത്. ഒടുവിൽ, മറ്റൊരു ഗതിയുമില്ലാതെ ആ മോഷ്ടാക്കൾ മോഷണ വസ്തുക്കൾ ആശ്രമത്തിലുപേക്ഷിച്ച് കടന്നുകളഞ്ഞു. തൊണ്ടിമുതൽ ആശ്രമത്തിൽ നിന്ന് കണ്ടെത്തിയ രാജകിങ്കരന്മാർ മഹർഷിയെ പ്രതിയാക്കി രാജാവിന്റെ മുന്നിൽ ഹാജരാക്കി. അദ്ദേഹത്തെ ശൂലത്തിൽ തറച്ചുകൊല്ലാൻ രാജാവ് വിധിച്ചു. മൗനവ്രതത്തിലായിരുന്ന മുനിക്ക് ഒന്നും പ്രതികരിക്കാനായില്ല. എങ്കിലും, ഒരു തെറ്റും ചെയ്യാതിരുന്ന താനെന്തുകൊണ്ടാണ് ഇങ്ങനെ ശിക്ഷിക്കപ്പെട്ടത് എന്ന് മനസ്സുകൊണ്ട് യമദേവനോട് ചോദിച്ചു. യമദേവന്റെ മറുപടി ഇങ്ങനെയായിരുന്നു.

“ബാല്യത്തിൽ നീയൊരു തെറ്റു ചെയ്തു. ചില ചെറുജീവികളെ പുൽത്തുമ്പിൽ ജീവനോടെ കോർത്തു. ആ പാപത്തിന്റെ ഫലമായാണ് ഇങ്ങനെ ശൂലത്തിൽ തറയ്ക്കപ്പെട്ടത്.”

ദൈവത്തിന്റെ നീതിപീഠം അത്രയും നീതിയുക്തവും കർക്കശവും അണുവിട പഴുതുകളില്ലാത്തതുമായിരുന്നെന്നാണ് ഈ കഥ നമ്മോട് പറയുന്നത്. നീതിന്യായവ്യവസ്ഥയുടെ അധിപനായി ഭാരതം വരുണദേവനെ സങ്കല്പിച്ചിട്ടുണ്ട്. അദ്ദേഹത്തിന്റെ നീതിദണ്ഡ് മനുഷ്യനോ ദേവനോ കാട്ടാളനോ എന്ന് ഭേദമില്ലാതെ പാപികളിൽ പതിക്കുന്നു. പാപ-പുണ്യങ്ങളുടെ കണിശമായ കണക്കെഴുതാൻ പാതാളത്തിൽ ഒരു ചിത്രഗുപ്തനുണ്ട്.

അധികാരമെന്ന ദുർദേവത

ലോകചരിത്രം എത്രയോ അധികാരസിംഹാസനങ്ങളുടെ കഥകൾ നമ്മോട് പറഞ്ഞിരിക്കുന്നു. അവയിലധികവും ആരുടെയൊക്കെയോ രക്തത്തിന്റെ നിലവിളികൾ മുഴങ്ങുന്നതാണ്. കായേൻ സഹോദരനായ ആബേലിനെ കൊന്നപ്പോൾ ദൈവം ചോദിച്ചുവത്രെ. "നിന്റെ സഹോദരന്റെ രക്തം എന്നെ വിളിച്ചു കേഴുന്നുവല്ലോ. അവൻ എവിടെ?" എന്ന്. അതുപോലെ ഓരോ സിംഹാസനത്തിലും കയറിയിരുന്നവരോട് ദൈവം അങ്ങനെ ചോദിച്ചിരിക്കാം – രാജഭരണയുഗത്തിലും ഈ ജനാധിപത്യഭരണയുഗത്തിലും എന്തെന്നാൽ ആരെയൊക്കെയോ വധിച്ചും ഇല്ലായ്മ ചെയ്തും കുതികാൽ വെട്ടിയും ചതിച്ചും വഞ്ചിച്ചുമെല്ലാമാണ് പലരുടേയും സിംഹാസനാരോഹണങ്ങൾ. നീതിയുടേയും ധർമ്മത്തിന്റേയും ദേവത അവിടെ നിന്നെല്ലാം പുകഞ്ഞു പുറത്തുപോയിട്ടുണ്ടാകും. രക്തത്തിന്റെ ചുവയുള്ള ഒരു ദുർദേവത അവിടെ കയറിപ്പറ്റിയിട്ടുണ്ടാകും. അതുകൊണ്ട് മഹാത്മാക്കൾ ഒരിക്കലും അധികാര സിംഹാസനങ്ങളിൽ ആകൃഷ്ടരായിരുന്നില്ല.

ചില നീതിമാന്മാർ അധികാരത്തിന്റെ സിംഹാസനത്തിൽ കയറി എന്നുതന്നെയിരിക്കട്ടെ. അവിടത്തെ പ്രലോഭനങ്ങളും സുഖഭോഗങ്ങളും ഉപജാപക വൃന്ദങ്ങളും അവരെ ദുഷിപ്പിക്കുന്നു. തിന്മയുടെ അഗാധഗർത്തങ്ങളിലേക്ക് തള്ളിയിടുന്നു. ദാവീദ് രാജാവിന്റെ കഥ ആ സത്യമാണ് നമ്മോട് വിളിച്ചു പറയുന്നത്.

ബൈബിൾ പഴയനിയമത്തിലാണ് ദാവീദിന്റെ കഥ പ്രതിപാദിച്ചിട്ടുള്ളത് ബെത്‌ലഹേംകാരനായിരുന്നു ദാവീദ്. അദ്ദേഹം ശുദ്ധനും നിഷ്കളങ്കനുമായ ഒരു ആട്ടിടയനായിരുന്നു. മനോഹരമായി കിന്നരം വായിക്കുമായിരുന്നു. അന്നത്തെ ഇസ്രായേൽ രാജാവ് സാവൂൾ ആയിരുന്നു. ദൈവം ഭൂമിയിലേയ്ക്ക് അയച്ച ഒരു ദുരാത്മാവ് ഇടയ്ക്കിടെ സാവൂളിനെ ആവേശിക്കുമായിരുന്നു. ദാവീദിന്റെ കിന്നരം വായന കേൾക്കുമ്പോൾ ആ ദുരാത്മാവ് സാവൂളിൽനിന്ന് പുറത്തു കടക്കും. അപ്പോൾ സാവൂളിന്റെ ഹൃദയത്തിൽ നന്മയും ശാന്തിയും നിറയും. അക്കാലത്ത് ഇസ്രായേല്യരുടെ ശത്രുക്കളായിരുന്നു ഫിലിസ്ത്യർ. അവർക്ക് ഗോലിയാത്ത് എന്നൊരു മല്ലനുണ്ടായിരുന്നു. അവന്റെ വെല്ലുവിളി നേരിടാനെത്തിയ

ഇസ്രായേല്യരുടെയെല്ലാം അവൻ കൊന്നൊടുക്കി. വെറും കുമാരനായ ദാവീദ് ഒടുവിൽ കല്ലും കവണയുമുപയോഗിച്ച് ആ മല്ലനെ വീഴ്ത്തുകയും വധിക്കുകയും ചെയ്തു. ജനങ്ങളുടെ രക്ഷകനും നാടിന്റെ അഭിമാനവുമായ ദാവീദിനെ സാവൂൾ സേനാനായകനാക്കി. എന്നാൽ, ദാവീദിന്റെ ജനസമ്മതിയിലും സൗഭാഗ്യങ്ങളിലും സാവൂൾ അസൂയാലുവായിരുന്നു. ദാവീദിനെ അപകടപ്പെടുത്താൻ സാവൂൾ പലതവണ ശ്രമിച്ചു. അപ്പോഴെല്ലാം ദാവീദിന്റെ കിന്നരവായന കേട്ട് മാനസാന്തരപ്പെട്ട് ആ ഉദ്യമങ്ങളിൽ നിന്ന് പിൻവാങ്ങി. സാവൂളിന്റെ മകൾ മിഖാൽ ദാവീദിന്റെ പത്നിയായി. എന്നിട്ടും സാവൂൾ വധശ്രമങ്ങൾ തുടരുകയും ദാവീദ് അവയെല്ലാം അതിജീവിക്കുകയും ചെയ്തു. സാവൂൾ ദാവീദിനെ വധിക്കാൻ നിയോഗിച്ച ചാരന്മാരെല്ലാം അദ്ദേഹത്തിന്റെ കിന്നരം വായന കേട്ട് പ്രവാചകന്മാരായി. സാവൂൾ പിന്നെയും വധശ്രമങ്ങൾ തുടർന്നപ്പോൾ ദാവീദ് ഇസ്രായേലിൽ നിന്ന് പലായനം ചെയ്തു. പോകുന്നിടത്തെല്ലാം സാവൂൾ ദാവീദിനെ വേട്ടയാടി. പിന്നീട് ദാവീദ് ഇസ്രായേലിനെതിരെ പട നയിച്ചു. യുദ്ധത്തിൽ സാവൂളും പുത്രന്മാരും വധിക്കപ്പെട്ടു. ദാവീദ് ഇസ്രായേലിന്റെ രാജാവായി.

ഇത്രയും ദുരാത്മാക്കളെപ്പോലും പ്രവാചകന്മാരാക്കിയ ദാവീദിന്റെ മഹച്ചരിതം. തുടർന്നങ്ങോട്ടുള്ള ദാവീദിന്റെ ജീവിതകഥയാകമാനം തിന്മകളിരുണ്ടു കയറിയതാണ്. നന്മയും പുണ്യവും അയാളിൽ നിന്ന് പൊഴിഞ്ഞുവീണു. കാമമോഹങ്ങൾ വേട്ടയാടി ദാവീദിനെ നരകപാതകളിലെത്തിച്ചു. കൂടാതെ രാജാധികാരത്തിന്റെ പ്രമത്തതയും സ്വേച്ഛാധിപത്യവും അയാളുടെ ആത്മാവിലേക്ക് കൂടുതൽ പാപങ്ങൾ ചൊരിഞ്ഞു.

ദാവീദിന്റെ സേനാനായകനായിരുന്നു ഊറിയാ. അദ്ദേഹത്തിന്റെ ഭാര്യ ബത്ഷെബാ അതിസുന്ദരിയായിരുന്നു. അവളെ ദാവീദ് മോഹിക്കുകയും സ്വന്തമാക്കാനുള്ള മാർഗ്ഗം തേടുകുയും ചെയ്യുന്നു. ദാവീദിന്റെ ഇരുണ്ട ചരിത്രം അവിടെ നിന്ന് തുടങ്ങുന്നു. അയാൾ ഫിലിസ്ത്യരുമായി കൃത്രിമമായി ഒരു യുദ്ധമുണ്ടാക്കി. ഊറിയായെ യുദ്ധഭൂമിയിലേക്കയച്ചു. ശത്രുക്കൾക്ക് അദ്ദേഹത്തെ ഒറ്റു കൊടുക്കണമെന്ന് മറ്റു യോദ്ധാക്കളോട് ചട്ടം കെട്ടി. ദാവീദ് ആസൂത്രണം ചെയ്തതുപോലെ യുദ്ധത്തിൽ ഊറിയാ വധിക്കപ്പെട്ടു. ദാവീദ് ബത്ഷെബയെ സ്വന്തമാക്കി. അവളിൽ ദാവീദിന് സന്തതികളുണ്ടായി.

“നിന്റെ വീട്ടിൽ നിന്ന് ഒരിക്കലും വാള് ഒഴിയുകയില്ല.”എന്ന് ദൈവം ദാവീദിനെ ശപിച്ചു. പല ഭാര്യമാരിലുമായി ഉണ്ടായിരുന്ന സന്തതികൾ അധികാരത്തിന് വേണ്ടി പരസ്പരം വാളോങ്ങി. ബെത്ഷബായിൽ ദാവീദിനുണ്ടായ പാപസന്തതികൾ പിതാവായ ദാവീദിനെ വേട്ടയാടി, സിംഹാസനത്തോടുള്ള മോഹത്താൽ. ദാവീദ് ജീവിതത്തിൽ പിന്നീടൊരിക്കലും ശാന്തിയും സ്വസ്ഥതയും അറിഞ്ഞിട്ടില്ല.

ദാവീദിന്റെ കഥ മനുഷ്യ സ്വഭാവത്തിലെ വൃദ്ധിക്ഷയങ്ങളുടെ ഗംഭീരമായ ആഖ്യാനമാണ് – അധികാരം നിഷ്കളങ്കതകളെ എത്രമേൽ പങ്കിലമാക്കുന്നുവെന്നതിന്റേയും.

“എനിക്ക് ഈ നരകം മതി” യുധിഷ്ഠിരൻ

മഹാഭാരതത്തിലെ സുപ്രധാന കഥാപാത്രമാണ് യുധിഷ്ഠിരൻ. കുന്തീദേവിയുടെ മൂത്തപുത്രൻ. യുധിഷ്ഠിരനെ വ്യാസൻ അവതരിപ്പിക്കുന്നത് ധർമ്മ പുത്രനായാണ്. അന്ന് നിലവിലുണ്ടായിരുന്ന വ്യവസ്ഥാപിത ധർമ്മങ്ങളുടെ അണുവിട തെറ്റാത്ത അനുഷ്ഠാതാവാണ് അദ്ദേഹം. അദ്ദേഹത്തിന്റെ ധർമ്മബോധത്തിൽ ചാതുർവ്വർണ്യവ്യവസ്ഥിതിയും പുരുഷാധിപത്യവും ക്ഷത്രീയധർമ്മവുമെല്ലാം അംഗീകരിക്കപ്പെട്ടിരുന്നു.

യുധിഷ്ഠിരന്റെ ധർമ്മബോധം പലപ്പോഴും സ്വന്തം ഭീരുത്വത്തിനും സ്വാർത്ഥതയ്ക്കും ദുർബ്ബലതയ്ക്കും മേൽ എടുത്തണിയുന്ന കവചമായിരുന്നു. യുദ്ധത്തിൽ നിന്നൊഴിവാകാൻ അദ്ദേഹം പരിശ്രമിച്ചതത്രയും മറുപക്ഷത്തെ മഹാരഥന്മാരായ ഭീഷ്മരേയും ദ്രോണരേയും ഭയന്നതുകൊണ്ടാണ്. അജയ്യനായ കർണ്ണൻ അദ്ദേഹത്തിന്റെ നിതാന്ത പേടിസ്വപ്നമായിരുന്നു. കർണ്ണനെ വധിക്കാൻ വൈകിയ അർജ്ജുനനോട് ഗാണ്ഡീവം കൃഷ്ണനെ ഏല്പിക്കാൻ പോലും രോഷാകുലനായി അദ്ദേഹം പറഞ്ഞിട്ടുണ്ട്.

കുരുക്ഷേത്രയുദ്ധം തുടങ്ങുന്നതിനുമുമ്പ് രഥത്തിൽ നിന്നിറങ്ങി നഗ്നപാദനായി ശത്രുപക്ഷത്തേക്ക് ചെന്ന യുധിഷ്ഠിരൻ ഭീഷ്മാദികളേയും മറ്റും വന്ദിച്ചതും സ്വപക്ഷത്തേക്ക് വരാൻ താത്പര്യമുള്ളവരെ ക്ഷണിച്ചതും തന്റെ വിജയത്തിനുവേണ്ടിയുള്ള തന്ത്രവും മുന്നൊരുക്കവുമായിരുന്നു. ധർമ്മകൃത്യം എന്നതിലുപരി യുദ്ധത്തിൽ 9 ദിവസവും അജയ്യനായി തുടർന്ന ഭീഷ്മരെ കാണാൻ ചെന്നതും വിജയം പ്രാർത്ഥിച്ചതും, സ്വച്ഛന്ദമൃത്യുവായ ഭീഷ്മരെ തോല്പിക്കാൻ കഴിയില്ല എന്ന യാഥാർത്ഥ്യം അറിയുന്നതുകൊണ്ടെടുത്ത തന്ത്രത്തിന്റെ ഭാഗമായിരുന്നു. യുദ്ധാവസാനത്തിൽ വിജയോന്മാദിയായി “നിനക്ക് ഞങ്ങളിലാരെ വേണമെങ്കിലും ദ്വന്ദ്വയുദ്ധത്തിന് സ്വീകരിക്കാം” എന്ന് ദുര്യോധനനെ വെല്ലുവിളിക്കുന്നതിലെ അല്പത്തരവും അവിവേകവും കൃഷ്ണനെപോലും അസ്വസ്ഥനാക്കി.

യുധിഷ്ഠിരന്റെ സ്വാർത്ഥത ഏറ്റവും രൂക്ഷമായി നാം കാണുന്നത് ദ്രൗപദിയുമായി ബന്ധപ്പെട്ട വസ്തുതകളിലാണ്. അർജ്ജുനൻ ദ്രൗപതിയെ സ്വയംവരം ചെയ്ത് കൊണ്ടുവന്ന രംഗമാണ് അതിലൊന്ന്. കൊണ്ടുവന്നിരിക്കുന്നത് ദ്രൗപദിയെയാണെന്നറിയാതെ, "അഞ്ചുപേരും കൂടി പങ്കിട്ട് എടുത്തു കൊള്ളൂ." എന്ന് കുന്തി പറഞ്ഞു. മറ്റു സഹോദരന്മാരെല്ലാം അതിനെ ഒരു തമാശയായി തള്ളിയപ്പോൾ, "അമ്മയുടെ വാക്ക് തെറ്റിക്കുന്നത് അധർമ്മമാണ്." എന്ന നിഷ്കർഷിച്ച യുധിഷ്ഠിരനിൽ ധർമ്മബോധത്തേക്കാൾ കാണുന്നത് അതിസുന്ദരിയായ ദ്രൗപദിയോടുള്ള മോഹമായിരുന്നു. ചൂതുകളി ഭ്രാന്തിൽ എല്ലാം നഷ്ടപ്പെട്ട യുധിഷ്ഠിരൻ ദ്രൗപദിയെ പണയം വെച്ചതിന്റെ പിറകിലെ സ്വാർത്ഥതയ്ക്ക് എന്താണൊരു ന്യായീകരണം? സ്ത്രീ വില്ക്കാനും പണയം വെയ്ക്കാനും ഭോഗിക്കാനുമുള്ളൊരു വസ്തുമാത്രമാണ് എന്ന ധാരണയുടെ അനുഷ്ഠാതാവാകുകയായിരുന്നില്ലേ യുധിഷ്ഠിരൻ? വാസ്തവത്തിൽ ദുര്യോധനനേക്കാൾ ദ്രൗപദിയെ അപമാനിച്ചത് യുധിഷ്ഠിരനായിരുന്നു.

യുധിഷ്ഠിരൻ ഇപ്രകാരം ഒട്ടേറെ ഇരുട്ടുകളും വഹിച്ചുനില്ക്കുന്ന കഥാപാത്രമാണ് മഹാഭാരതത്തിൽ. അതുകൊണ്ട് ത്യാഗസൂര്യനായ ജ്യേഷ്ഠൻ കർണ്ണന്റെ തേജോരൂപത്തിനു മുന്നിൽ നിഷ്പ്രഭനായി അദ്ദേഹത്തിന് നില്ക്കേണ്ടിവന്നിട്ടുണ്ട്. മഹാത്മാവായ വ്യാസൻ ആരേയും നന്മയുടെ മാത്രം മൂർത്തിയായോ തിന്മയുടെ കരിംകോലങ്ങളായോ സൃഷ്ടിച്ചിട്ടില്ല. എല്ലാവരുടേയും സൃഷ്ടി അവരവരുടെ നിസ്സഹായതയുടെ പശ്ചാത്തലത്തിലാണ്. ധൃതരാഷ്ട്രർ, ദുര്യോധനൻ, ശകുനി തുടങ്ങിയ കഥാപാത്രങ്ങളുടെ ദുഷ്കർമ്മങ്ങൾക്കിടയിലും നന്മയുടെ ചില സ്ഫുരണങ്ങൾ നമുക്ക് കാണാൻ കഴിയും.

ചില ഇരുട്ടുകളെ പേറുമ്പോഴും യുധിഷ്ഠിരനിൽ നിന്ന് ജീവകാരുണ്യത്തിന്റേയും നിഷ്കാമകർമ്മത്തിന്റേയും പ്രകാശധോരണി കവിഞ്ഞൊഴുകി ഭാരതസംസ്കാരത്തെ, ലോകമനഃസാക്ഷിയെ ആകമാനം പ്രഭാപൂരിതമാക്കുന്ന ചില സന്ദർഭങ്ങൾ വ്യാസൻ മഹാഭാരതത്തിലൊരുക്കിയിട്ടുണ്ട്.

ഒരു സന്ദർഭം ഇതാണ്: താൻ കൊല്ലിച്ച കർണ്ണൻ തന്റെ ജ്യേഷ്ഠനാണെന്നറിയുന്ന രക്തമുഹൂർത്തം. ആ മഹാത്മാവിന്റെ ഇഷ്ടദാനമാണ് താനടക്കമുള്ള പാണ്ഡവരുടെ ജീവനും ജീവിതവുമെന്ന് യുധിഷ്ഠിരൻ അറിയുന്നു. സിംഹാസനത്തിന്റെ യഥാർത്ഥ അവകാശി ഒരിക്കലും അവകാശം ഉന്നയിച്ചിട്ടില്ലാത്ത ആ ജ്യേഷ്ഠ സഹോദരനാണെന്നും. എത്രയോ ആളുകളെ യുദ്ധത്തിൽ കുരുതിക്കൊടുത്തു നേടിയ ആ അധികാരസിംഹാസനം ആ ജ്യേഷ്ഠന്റെ മഹത്വത്തിന് മുന്നിൽ ഒന്നുമല്ല എന്നറിഞ്ഞ യുധിഷ്ഠിരൻ അനുതാപത്തിലും കുറ്റബോധത്തിലും അപകർഷതാബോധത്തിലും വീണ് വിലപിക്കുന്നു. ക്ഷത്രിയധർമ്മം എത്ര നീചമാണെന്ന് കണ്ടെത്തുന്നു. ജ്യേഷ്ഠന്റെ രക്തം പുരണ്ട ആ സിംഹാസനം ഒരിക്കലും തനിക്ക് ശാന്തി നൽകില്ലെന്ന് കണ്ട് അത്

നിഷേധിക്കുന്നു. മാതാവ് കുന്തിയെ മാത്രമല്ല രഹസ്യം സൂക്ഷിച്ച അമ്മ യുടെ പേരിൽ സ്ത്രീവംശത്തെയാകമാനം ശപിക്കുന്നു.

മദമാത്സര്യങ്ങൾ സൃഷ്ടിക്കുന്ന യുദ്ധക്കെടുതികൾക്കെതിരെയുള്ള പ്രതിഷേധം കൂടിയാകുന്നു. ആ വിലാപം യുദ്ധത്തെ ധർമ്മമാക്കിയ വ്യവസ്ഥിതിയോടുള്ള അമർഷവും.

മറ്റൊരു സന്ദർഭം മഹാപ്രസ്ഥാനാനന്തരമുള്ള ഘന നിശ്ശബ്ദത യിലാണ്. എല്ലാവരും മരിച്ചു വീണതിന് ശേഷം ഏകാകിയായി യുധി ഷ്ഠിരൻ യാത്ര തുടരുകയാണ്. ഒരു പട്ടി അദ്ദേഹത്തെ അനുഗമിക്കുന്നു. യുധിഷ്ഠിരനെ സ്വർഗ്ഗത്തിലേക്ക് ആനയിക്കാൻ വന്ന സ്വർഗ്ഗദൂതനോട് "എന്നെ ആശ്രയിക്കുന്ന ഈ പട്ടിയെ ഉപേക്ഷിച്ച് എനിക്ക് വരാനാകില്ല" എന്ന് പറയുന്നിടത്തെ ജീവകാരുണ്യം സ്തുത്യർഹമാണ്. യുധിഷ്ഠി രന്റെ നിർദ്ദേശം സ്വീകരിച്ച സ്വർഗ്ഗദൂതൻ അദ്ദേഹത്തിനെ അനുഗമിച്ച പട്ടി, യഥാർത്ഥ ധർമ്മദേവൻ തന്നെയാണെന്ന് വെളിപ്പെടുത്തുന്നു. സ്വർഗ്ഗദുതനോടൊപ്പം യുധിഷ്ഠിരൻ സ്വർഗ്ഗത്തിലേക്ക് പോവുകയാണ്. സ്വർഗ്ഗവീഥി നരകവാതിലിന് മുന്നിലൂടെയാണ്. യുധിഷ്ഠിരൻ അതിലേ കടന്നുപോകുമ്പോൾ അദ്ദേഹത്തിന്റെ സാന്നിധ്യം പാപാത്മാക്കളായ നരകവാസികൾക്ക് എന്തെന്നില്ലാത്ത ആശ്വാസം പകരുന്നു. "മഹാ ത്മാവേ, അങ്ങ് കുറച്ചുനേരം കൂടി അവിടെ നില്ക്കൂ" എന്ന് അവർ മുറവിളി കൂട്ടി. യുധിഷ്ഠിരൻ നരകത്തിലേക്ക് തിരിഞ്ഞു നിന്നു. മുറവിളി കൂട്ടിയവർ തന്റെ സഹോദരങ്ങളും ബന്ധുക്കളും പ്രജകളും പ്രിയപ്പെട്ട വരുമൊക്കെയായിരുന്നു. "എന്റെ പ്രിയപ്പെട്ടവരുടെ നരകം മതി എനിക്ക്. സ്വർഗ്ഗം വേണ്ട" എന്ന് അദ്ദേഹം സ്വർഗ്ഗദൂതനോട് പറഞ്ഞു.

നരകത്തിലേക്കുള്ള യുധിഷ്ഠിരന്റെ ആ തിരിഞ്ഞു നില്പ് ഒരു മഹാ ത്മാവിന് മാത്രം സാധ്യമാകുന്നതാണ്. അല്ലെങ്കിൽ എല്ലാ മഹാത്മാക്ക ളുടേയും ജീവിതം യാതനകളിലേക്കുള്ള ഈ തിരിഞ്ഞു നില്പാണ്. ശ്രീയേശു, ശ്രീബുദ്ധൻ, മഹാത്മജി, മറ്റു ഗുരുഭൂതർ എല്ലാവരും സൗഖ്യ ങ്ങളുടെ സ്വർഗ്ഗം നിരസിച്ച് പീഡിതരുടെ നരകം സ്വീകരിച്ചില്ലായിരു ന്നെങ്കിൽ, അപരമോചനത്തിനായി സ്വാർത്ഥതയെ ബലികൊടുത്തില്ലാ യിരുന്നെങ്കിൽ, ഈ ലോകം എത്ര ഇരുളടഞ്ഞതാകുമായിരുന്നു.

പുതിയ സമൂഹത്തിലെ മഹാത്മാക്കൾ എല്ലാ വിഭാഗീയതകളും മറി കടന്ന് യുധിഷ്ഠിരന്റെ ആ തിരിഞ്ഞു നില്പ് സാക്ഷാൽക്കരിക്കട്ടെ.

നമ്മുടെ സ്ത്രീസംരക്ഷണ ബില്ലുകൾ

എന്തുകൊണ്ടാണ് സ്ത്രീജന്മം ഇങ്ങനെ ഒരു രക്തബിന്ദുവായി ഉറഞ്ഞു പോകുന്നത്. വാസ്തവത്തിൽ ഇന്ന് എല്ലാ ഉന്നതസ്ഥാനങ്ങളിലും അവളുണ്ട്. അവൾക്ക് വേണ്ടി സംവരണം 50% മായി ഉയർത്തി. വീട്ടിലും സമൂഹത്തിലും അവൾ സാമ്പത്തിക ശക്തിയാണ്. ബുദ്ധിപരവും സർഗ്ഗാത്മകവുമായ എല്ലാ മേഖലകളിലും അവൾ വിളങ്ങുന്നു. എന്നിട്ടും, വീട്ടിലും പുറത്തും അവളൊരു ചോരത്തുള്ളിയായി ഉറഞ്ഞുപോവുകയാണ്. "ഏഴ് വൻകടലുകളിലെ വെള്ളം മനുഷ്യരാശി ഒഴുക്കിയ കണ്ണീരോളം വരില്ല." എന്ന് ബുദ്ധഭഗവാൻ പറഞ്ഞത്, സ്ത്രീ ഒഴുക്കുന്ന കണ്ണീരോളം' എന്ന് നമുക്ക് തിരുത്തിപ്പറയേണ്ടിയിരിക്കുന്നു.

ഒരു ദൈവത്തിന്റേയും അകമ്പടിയില്ലാതെ തന്നെ ദേവതയാണ് സ്ത്രീ. അവളുടെ സ്നേഹവും ത്യാഗവും സഹനവും തന്നെയാണവളെ ദൈവീകതയിലേക്കുയർത്തുന്നത്. പുരുഷന്റെ ശരീരം തികച്ചും ഭൗതീകമാണ്. സ്ത്രീയുടേതാകട്ടെ ദൈവീകവും, മറ്റൊരു ജീവനെ അവൾ അതിലിട്ട് വളർത്തുന്നു. മരണതുല്യമായ വേദന ആനന്ദത്തോടെ സ്വയം വരിച്ചാണ് അവൾ ഒരു കുഞ്ഞിന് ജീവൻ നല്കുന്നത്. ആ കുഞ്ഞുജീവന് ആദ്യത്തെ ജീവനുമാകട്ടെ സ്തന്യമായി മാറിയ അമ്മയുടെ രക്തവും. അമ്മയായ സ്ത്രീയുടെ ജന്മം ആത്മദാനത്തിന്റേതാണ്. അവിടെ സ്വാർത്ഥതക്കും തിന്മകൾക്കും സ്ഥാനമില്ല. "എവിടെയാണോ സ്ത്രീ പൂജിക്കാത്തിടം, അവിടം ശാപഗ്രസ്തമാണ്" എന്ന് പുരാണങ്ങൾ ആവർത്തിക്കുന്നു. സ്ത്രീയെ സ്ത്രീയായി കാണാനുള്ള കണ്ണുകൾ നമുക്ക് നഷ്ടമായിരിക്കുന്നു. അവയിൽ നിറയെ കാമത്തിന്റെ തിമിരവും ആർത്തിയുമാണ്. ആ കണ്ണുകളിൽ സ്ത്രീ വെറും മാംസവും ഭോഗവസ്തുവും പരസ്യപ്പലകയിലെ വില്പന ദ്രവ്യവുമാണ്. മനുഷ്യന്റെ സംസ്കാരചിഹ്നമാണ് സ്ത്രീയുടെ ഈ ദുർവ്വിധിയിലൂടെ മാഞ്ഞുപോകുന്നത്.

ഇപ്പോൾ ഇളം കുഞ്ഞുങ്ങളേയും പീഡകർ എന്ന രക്തരക്ഷസ്സുകൾ വെറുതെ വിടുന്നില്ല. 50% ലൈംഗികാതിക്രമങ്ങൾക്ക് വിധേയമാകുന്നത് 16 വയസ്സിന് താഴെയുള്ള കുഞ്ഞുങ്ങളാണ്. പീഡകർ ബസ് ജോലിക്കാരായും ഒറ്റക്കയ്യന്മാരായും മറ്റും പുറംലോകത്ത് വിരാജിക്കുമ്പോൾ പട്ടാള

വേഷത്തിലും പൊലീസ് വേഷത്തിലും മറ്റുമായാണ് കലാപഭൂമികളിൽ പ്രത്യക്ഷപ്പെടുക. ആദിവാസിപ്പെൺകുട്ടികളുടെ മുന്നിൽ അവർ നഗര വാസികളും സവർണ്ണരുമാണ്. ഞെട്ടരുത്! സ്വന്തം വീടുകളിൽ ഈ പെൺജന്മങ്ങളിൽ ചിലർക്ക് നേരിടേണ്ടിവരുന്നത് അച്ഛന്റേയും ആങ്ങള യുടേയും ബന്ധുവിന്റേയും മുഖമാണ്.

പൈശാചികമായ പീഡനത്തിനിരയായി കൊടും ദുരന്തത്തിൽ കലാ ഷിച്ച 'ഡൽഹി' പെൺകുട്ടിയുടെ രക്തം ഇപ്പോഴും സമൂഹത്തിന്റെ മനഃ സാക്ഷിയെ തൊട്ടുവിളിക്കുന്നു. അന്ന് ജാതി-മത-രാഷ്ട്രീയ ഭേദമില്ലാതെ ഡൽഹി പ്രക്ഷുബ്ധമായി. അതിന്റെ അഗ്നി ഇന്ത്യയാകെ പടർന്നുപിടിച്ചു. ലോകമനഃസാക്ഷിയെ പോലും ആ സംഭവം ഞെട്ടിച്ചു. ഭരണാധികാരി കൾക്കും ന്യായാധിപന്മാർക്കും നിയമപാലകർക്കും ഇരിപ്പുറക്കാതായി. ഇന്ത്യയിലെ ഏറ്റവും വലിയ സാമൂഹിക തിന്മയായി സ്ത്രീ പീഡനത്തെ കാണാൻ എല്ലാ കണ്ണുകളും തുറന്നു. സ്ത്രീ സംരക്ഷിക്കപ്പെടണം, സ്ത്രീപീഡകർക്ക് കഠിനശിക്ഷ നൽകണം എന്നീ രണ്ട് ആവശ്യങ്ങളി ലേക്ക് എല്ലാവരും ഉണർന്നു. അതിന്റെയെല്ലാം പരിണതഫലമായിരുന്നു പാർലമെന്റിൽ അവതരിപ്പിച്ച സ്ത്രീ സംരക്ഷണ ബിൽ. അതിൽ രാഷ്ട്ര പതി ഒപ്പ് വെച്ച് ഓർഡിനൻസാക്കി. ഡൽഹിയിൽ പിടഞ്ഞുപൊലിഞ്ഞ ആ സഹോദരി അങ്ങനെ ഇവിടത്തെ സ്ത്രീസമൂഹത്തിന് രക്ഷപ്പെടാ നുള്ള വഴിയൊരുക്കി. അതിലൂടെ മനുഷ്യരാശിയെ സംസ്കരിക്കാനുള്ള പ്രചോദനവും നീതി കിട്ടാതെ സ്ഥലപ്പേരുകളിൽ പേരും ജീവിതവും മറഞ്ഞുപോയ മറ്റു പല പെൺകുട്ടികൾക്കും ഓർഡിനൻസ് പ്രത്യാശ യാവുകയാണ്.

കേന്ദ്രഗവണ്മെന്റ് രൂപീകരിച്ച സമിതിയിൽ സുപ്രീംകോടതി ജസ്റ്റിസ് ജെ.എസ്. വർമ്മയായിരുന്നു മേധാവി. ഹൈക്കോടതിയിലെ മുൻ ജഡ്ജി ലീലാസേഥ്. മുൻ സോളിസിറ്റർ ജനറൽ ഗോപാൽ സുബ്രഹ്മണ്യം തുടങ്ങിയവരാണ് സമിതിയിലെ മറ്റ് അംഗങ്ങൾ. വർമ്മാ കമ്മിറ്റി അവ തരിപ്പിച്ച റിപ്പോർട്ടിൽ നിന്ന് ഗവൺമെന്റ് സ്വീകരിച്ചത് ഇത്രയുമാണ്.:

മാനഭംഗത്തിന് വധശിക്ഷ വേണ്ട.

മാനഭംഗത്തിനിടയിൽ ഇര കൊല്ലപ്പെടുകയോ ജീവച്ഛവമാകുകയോ ചെയ്താൽ അത്യപൂർവ്വമായ കേസുകളിൽ വധശിക്ഷ നല്കാം. ബലാ ത്സംഗത്തിന് പരമാവധി ശിക്ഷ 30 വർഷത്തെ ജീവപര്യന്തമാണ്.

ആസിഡ് ആക്രമണത്തിന് 10 വർഷം വരെ തടവ് ശിക്ഷ.

ആത്മരക്ഷാർത്ഥം ആക്രമിയെ നേരിടുമ്പോൾ അയാൾ കൊല്ല പ്പെട്ടാൽ ഇരയ്ക്ക് പരമാവധി നിയമപരിരക്ഷ നല്കണം. ഒരു സ്ത്രീയെ കസ്റ്റഡിയിൽ വെച്ച് ലൈംഗിക പീഡനം നടത്തിയാൽ 10 വർഷം മുതൽ ജീവപര്യന്തം വരെ ശിക്ഷയാകാം.

ദുരുദ്ദേശ്യത്തോടെയുള്ള സ്പർശം, ആംഗ്യം, പ്രവൃത്തി എല്ലാം ലൈംഗീകാതിക്രമങ്ങളാണ്. ഒരു സ്ത്രീയെ പൊതുസ്ഥലത്ത് വെച്ച് വസ്ത്രാക്ഷേപം ചെയ്താൽ 3–7 വർഷം വരെ തടവ് ശിക്ഷ. പൂവാലന്മാർ,

വായ്നോട്ടക്കാർ, ഇ-മെയിൽ, മൊബൈൽ ഫോൺ തുടങ്ങിയവയിലൂടെ അപവാദം-ഭീഷണി-നടത്തുന്നവർ-എല്ലാം ലൈംഗികാതിക്രമം നടത്തുന്നവരുടെ പട്ടികയിലാണ്. ലൈംഗികാതിക്രമങ്ങളിൽ പുരുഷന്മാരുടെ നേർക്കുള്ളതും ഉൾപ്പെടും.

പീഡനക്കേസുകളിൽ ഇരയുടെ മുൻകാലചരിത്രം പ്രസക്തമല്ല. ഇരയുടെ മൊഴിയാണ് അന്തിമ സാക്ഷ്യം.

സാമ്പത്തികമായോ സാമൂഹികമായോ ഉന്നതിയിൽ നില്ക്കുന്ന ആൾ ചെയ്യുന്ന പീഡനത്തെ അതിക്രൂരം എന്ന വിഭാഗത്തിൽ ഉൾപ്പെടുത്തും.

ബലാത്സംഗത്തെ 'ബലാൽക്കാരം' എന്നാക്കി നിർവ്വചിച്ചു. പീഡനത്തെ വീണ്ടും ബലാത്സംഗം എന്നാക്കി. ആണ് ആണിനോടും പെണ്ണ് പെണ്ണിനോടും ആണ് പെണ്ണിനോടും പെണ്ണ് ആണിനോടും കാണിക്കുന്ന ലൈംഗികാതിക്രമങ്ങൾ അതിൽ ഉൾപ്പെടും. ഇര വനിതാ ഓഫീസറുടെ മുന്നിലാണ് മൊഴി കൊടുക്കേണ്ടത്. തുടരന്വേഷണത്തിന് ഉദ്യോഗസ്ഥൻ ഇരയുടെ മൊഴി വീട്ടിൽ വന്ന് രേഖപ്പെടുത്തണം.

ബില്ലിന് ജനവികാരവും സ്ത്രീയുടെ ദുരന്താവസ്ഥയും പൂർണ്ണമായി ഉൾക്കൊള്ളാനായി എന്ന് പറയാനാവില്ല. സത്യമായ പലകാര്യങ്ങളും വിട്ടുകളയുകയും ഉപരി വിപ്ലവമായവയ്ക്ക് പ്രാധാന്യം നല്കുകയും ചെയ്തുവെന്നാണ് പൊതുവിമർശനം. വിട്ടുപോയതിൽ ഏറ്റവും ഗുരുതരമായത് സ്ത്രീസുരക്ഷാപരിധിയിൽ നിന്ന് രാഷ്ട്രീയക്കാരേയും പൊതുപ്രവർത്തകരേയും ഒഴിവാക്കിയതാണ്. 'അതിക്രൂരം' എന്ന വിഭാഗത്തിൽ അവരെക്കൂടി ഉൾപ്പെടുത്തേണ്ടതാണ് - കാരണം പീഡകർ അവർക്കിടയിൽ അനുദിനം വർദ്ധിച്ചുകൊണ്ടിരിക്കുന്നു.

ഈ ബില്ലിന് അനുബന്ധമെന്നവണ്ണം കേരള നിയമസഭയിലും അന്നത്തെ ആഭ്യന്തരമന്ത്രി തിരുവഞ്ചൂർ രാധാകൃഷ്ണൻ ഒരു ബില്ല് അവതരിപ്പിക്കുകയുണ്ടായി. സ്ത്രീസ്വകാര്യത-അന്തസ്സ്-സംരക്ഷണ ബിൽ. അതനുസരിച്ച് ജോലിസ്ഥലത്ത് ഒരു സ്ത്രീ അപമാനിതയായാൽ കുറ്റവാളിക്ക് 5-10 വർഷം തടവും 50 ലക്ഷം രൂപ പിഴയും ഈടാക്കും. സ്ത്രീസംരക്ഷണത്തിൽ വീഴ്ച വരുത്തിയാൽ പൊലീസിന് മൂന്ന് മാസം വരെ തടവുശിക്ഷ ലഭിക്കും. 5000 രൂപ പിഴയോടുകൂടി. ഇരയുടെ പരാതി വനിതാപൊലീസ് ഓഫീസറാണ് കൈപ്പറ്റേണ്ടത്. കമ്പ്യൂട്ടർ, മൊബൈൽ തുടങ്ങിയവയിലൂടെ സ്ത്രീയുടെ സ്വകാര്യതയെ ഭഞ്ജിക്കുന്നവർക്ക് മൂന്നു വർഷമാണ് തടവ് ശിക്ഷ. ബസ്സിലോ ട്രെയിനിലോ വെച്ച് കുറ്റകൃത്യങ്ങൾ നടന്നാൽ അവ മറച്ചുവെക്കുന്ന അധികൃതർക്ക് മൂന്ന് മാസമാണ് തടവ് ശിക്ഷ. ബില്ലുകളുടേയോ നിയമങ്ങളുടേയോ അഭാവം കൊണ്ടല്ല ഇങ്ങനെയൊക്കെ സംഭവിക്കുന്നത്. അവ പലപ്പോഴും ഏട്ടിലെ പശു മാത്രമായി പോകുന്നതുകൊണ്ടാണ്.

2011-ൽ എം.കെ. രാഘവൻ എം.പി. പാർലമെന്റിൽ അവതരിപ്പിച്ച സ്വകാര്യ ബില്ലിൽ പിതാവ്, സഹോദരൻ, ബന്ധു തുടങ്ങിയവരിൽ നിന്നുള്ള ലൈംഗികാതിക്രമങ്ങളിൽ നിന്നുള്ള സംരക്ഷണമായിരുന്നു

വിഷയം. സ്വന്തപ്പെട്ടവർ പെൺകുട്ടിയെ വാണിഭത്തിന് ഉപയോഗിക്കുന്നത് തടയാനും ബിൽ ശുപാർശ ചെയ്തു. 2005-ലെ ഗാർഹിക പീഡന നിയമവും ഉദാരമായിരുന്നു. അതിൽ പ്രതിക്ക് 3 ദിവസത്തിനുള്ളിൽ നോട്ടീസ് നല്കണമെന്നും 30 ദിവസത്തിനകം പ്രശ്നപരിഹാരം കാണണമെന്നും 60 ദിവസത്തിനകം കോടതിയിൽ നിന്ന് ഉത്തരവുണ്ടാകണമെന്നുമൊക്കെ നിഷ്കർഷിക്കുന്നുണ്ട്. എന്നിട്ടും ഇരകൾ നീതിക്ക് വേണ്ടി വർഷങ്ങളോളം അലയുകയാണ്.

നീതി ലഭിക്കുന്നതിനുള്ള കാലതാമസം പീഡനകേസുകളിലെ ക്രൂരനായ സ്ഥിരം പ്രതിയാണ്. കോടതിമുറികളിലും വക്കീലാപ്പീസുകളിലും ഇരയുടെ ജീവിതത്തിന്റെ വലിയൊരുഭാഗം പൊലിഞ്ഞു പോകുന്നു. അതിനിടയിൽ സാക്ഷികൾ കൂറുമാറുകയോ മരണപ്പെടുകയോ ചെയ്യാം. ചിലപ്പോൾ ജീവനോടൊപ്പമായിരിക്കും കേസിന് തീരശ്ശീല വീഴുന്നത്. നീതിപാലകരുടേയും മറ്റ് അധികൃതരുടേയും അലസതയും ഉദാസീനതയും അഴിമതികളും പീഡനക്കേസുകൾക്ക് തുരങ്കം വയ്ക്കുന്നു. ഡൽഹി സംഭവം ഇത്രയും ഗുരുതരമായത് അതുകൊണ്ടാണ്. 2012-ൽ ഡൽഹിയിൽ മാത്രം 635 മാനഭംഗക്കേസുകളുണ്ടായി. അവയിൽ ശിക്ഷിക്കപ്പെട്ടത് ഒരാൾ മാത്രമാണ് എന്ന സ്ഥിതി ഭീകരമാണ്. പ്രതികളുടെ സ്ഥാനമാനങ്ങൾ, പദവി, പണം, അധികാരം തുടങ്ങിയവ പ്രലോഭനങ്ങളും ഭീഷണിയുമായി നീതിപീഠങ്ങളെപ്പോലും സ്വാധീനിക്കാറുണ്ട്. ബലാത്സംഗത്തിനിരയായ സ്ത്രീയുടെ ജീവിതം മരണത്തേക്കാൾ ഇരുണ്ടതും നരകയാതനകൾ നിറഞ്ഞതുമാണ്. കോടതിവിചാരണകളിലും സമൂഹത്തിലും മാധ്യമങ്ങളിലും അവൾ വീണ്ടും വീണ്ടും 'മാനഭംഗ'ത്തിനിരയാകുന്നു. സമൂഹത്തിൽ നിന്നുള്ള പാർശ്വവൽക്കരണവും ഒറ്റപ്പെടലും അവജ്ഞയും അപകർഷതാബോധവും അവളെ വേട്ടയാടുന്നു.

സ്ത്രീപീഡനത്തിൽ ഒന്നാം പ്രതിയാകേണ്ടത് നമ്മുടെ സാമൂഹിക വ്യവസ്ഥിതികളാണ്. സ്ത്രീയുടെമേൽ പുരുഷന്റെ ആധിപത്യവും അഹന്തയുമുറപ്പിച്ചത് അവയാണ്. പുരുഷൻ ബലാൽസംഗത്തിന് മുതിരുന്നത് പുരുഷനെന്ന മുഷ്ക്കും അഹന്തയും കൊണ്ടുകൂടിയാണ്.

സ്ത്രീപീഡനക്കേസുകളിൽ ഒരു പ്രതിയും രക്ഷപ്പെടാൻ പാടില്ല. നിയമത്തിന്റെ പഴുതുകൾ ഭദ്രമായി അടച്ച് ഏത് 'വമ്പൻസ്രാവു'കളേയും കുരുക്കാനുള്ള കരുത്ത് നമ്മുടെ നിയമസംവിധാനത്തിനുണ്ടാകണം. അതിവേഗകോടതികൾ സ്ഥാപിക്കുക, വിചാരണരീതി മറ്റൊരു പീഡനമാകാതിരിക്കുക, ജാമ്യവ്യവസ്ഥ കർശനമാക്കുക, ജയിലിലെ അമിത സുഖസൗകര്യങ്ങൾ കുറക്കുക, ബലാത്സംഗത്തിന്റെ നിർവ്വചനം മാറ്റുക തുടങ്ങിയ നടപടികൾ ഇത്തരം കേസുകൾക്ക് അഭികാമ്യമാണ്. ഏറ്റവും വലിയ പ്രതിവിധി സമൂഹത്തിന്റെ ധാർമ്മികബോധം തിരിച്ചു പിടിക്കുക എന്നതാണ്. ധർമ്മബോധത്തിന്റെ കേന്ദ്രത്തിൽ പ്രതിഷ്ഠിക്കേണ്ടത് സ്നേഹത്തെയാണ്. അതെ, ദാരിദ്ര്യവും വറുതിയുമല്ല ഇപ്പോഴത്തെ പ്രശ്നം നീതിയാണ്. നിഷേധിക്കപ്പെടുന്ന നീതിക്കുവേണ്ടിയുള്ള സ്ത്രീയുടെ നിലവിളികളാണ്.

അതിധന്യമായൊരു വില്പ്പത്രം

അമേരിക്കയെ ലോകസാഹിത്യത്തിന്റെ കൊടുമുടിയിൽ പ്രതിഷ്ഠിച്ച കൃതിയാണ് ഹെമിംഗ്‌വേയുടെ 'കിഴവനും കടലും. (The old man and the Sea) 1952ൽ രചിച്ച ഈ കൃതി നോബൽ സമ്മാനത്തിനർഹമായി. ജീവിതത്തിൽ നിരാശയുടെ പാതാളത്തോളം തകർന്നടിഞ്ഞവർക്ക്, പരാജയപ്പെട്ടവർക്ക് എല്ലാം ഈ നോവലിൽ പിടിച്ച് ജീവിതത്തിലേക്ക് മുന്നേറാനാകും. അത്രയും പ്രത്യാശയും ഇച്ഛാശക്തിയും അത് സംഭരിച്ചിട്ടുണ്ട്. അതുകൊണ്ട് മാനവരാശിക്ക് വേണ്ടി സമർപ്പിക്കപ്പെട്ട അതിധന്യമായൊരു വില്പത്രമായി എന്നും ഈ കൃതി നിലകൊള്ളും.

ഹെമിംഗ്‌വേ എന്നും സാഹസികതയുടെ സഹയാത്രികനായിരുന്നു. മനുഷ്യരാശി കടന്നുപോകാവുന്ന എല്ലാ ദുരന്തങ്ങളിലൂടേയും അദ്ദേഹം സഞ്ചരിച്ചു. ഒന്നും രണ്ടും ലോകമഹായുദ്ധങ്ങളിൽ പങ്കെടുത്തുകൊണ്ട് മനുഷ്യന്റെ സകലമാനയാതനകളും സ്വാംശീകരിച്ചു. ആ അനുഭവങ്ങൾ കൃതികൾക്ക് പ്രചോദനമാവുകയും അദ്ദേഹത്തിന്റെ കൃതികളിൽ അവ പ്രത്യാശയുടെ കിരണങ്ങളായി സ്ഫുരിക്കുകയുമായിരുന്നു.

സാന്തിയാഗോ എന്ന വൃദ്ധനാണ് നോവലിലെ നായകൻ. ഒരു ക്ഷീണഗാത്രൻ. അയാൾ ഒരു കൊച്ചുവഞ്ചിയിൽ കയറി കടലിൽ മീൻപിടിക്കാൻ പോകുമായിരുന്നു. തുടർച്ചയായി 84 ദിവസം മീനൊന്നും കിട്ടാതെ അയാൾ തിരിച്ചുവന്നു. ഇരുൾമൂടിയ ഏകാന്തമായ കുടിലിൽ ആഹാരത്തിനു പോലും വഴിയില്ല. എങ്കിലും പരാജയവും വിശപ്പ് എന്ന മഹാപീഡയും അയാളെ തളർത്തിയില്ല. നിരാശനായി മടങ്ങിവന്ന ഓരോ ദിവസവും അയാൾ ശാന്തമായുറങ്ങി. അയാളുടെ സ്വപ്നങ്ങളിൽ കടലും തിരമാലകളും മീനുകളും മാത്രം നിറഞ്ഞു. ആ ആവേശത്തിൽ 85-ാമത്തെ ദിവസം അയാൾ മത്സ്യബന്ധനത്തിനിറങ്ങുകയാണ്. ഇതിനിടയിൽ കൂട്ടുപോയിരുന്ന മനോളിൻ എന്ന യുവാവും നിരാശനായി അയാളെ വിട്ട് മറ്റൊരു തോണി തേടിപ്പോയിരുന്നു. അങ്ങനെ ഒറ്റയ്ക്ക് പോയ വൃദ്ധൻ അന്ന് ഉൾക്കടലിൽ കുറേ ദൂരത്തേക്ക് സഞ്ചരിച്ചു. അയാളുടെ ചൂണ്ടയിൽ അയാളുടെ തോണിയേക്കാൾ വലിയ ഒരു പടുകൂറ്റൻ മത്സ്യം കുടുങ്ങി. മൂന്നു ദിവസത്തെ കഠിനശ്രമം കൊണ്ടാണയാൾ അതിനെ കൊന്ന്

തോണിയോട് ചേർത്ത് കെട്ടിയത്. 1500 റാത്തലിലേറെ ഭാരമുണ്ടായിരുന്നു. അതിന് ചുറ്റും അയാളുടെ സ്വപ്നങ്ങൾ പാറി നടന്നു. മടക്കയാത്രയിൽ കിട്ടിയ പൊടിമീനുകളെ അയാൾ പച്ചയോടെ തിന്ന് വിശപ്പ് ശമിപ്പിക്കാൻ ശ്രമിച്ചു. രണ്ടു മണിക്കൂറുകളോളം തോണി തുഴഞ്ഞപ്പോഴേക്കും രണ്ടു സ്രാവുകൾ മുന്നിൽ പ്രത്യക്ഷപ്പെട്ടു. അവയുമായി ഏറ്റുമുട്ടി സ്രാവുകളെ കൊല്ലാൻ കഴിഞ്ഞെങ്കിലും മുമ്പ് കിട്ടിയ വലിയ മീനിന്റെ ഒരു ഭാഗം ആ ഏറ്റുമുട്ടലിൽ നഷ്ടപ്പെട്ടു. വീണ്ടും ചില സ്രാവുകൾ മുന്നിലെത്തി. അവയെ കൊല്ലാൻ വൃദ്ധന് കഴിഞ്ഞില്ല. അയാളുടെ ആയുധങ്ങളും ഉപകരണങ്ങളും നഷ്ടപ്പെടുകയും ചെയ്തു. കിട്ടിയ മീനിന്റെ വലിയൊരു ഭാഗവും നഷ്ടപ്പെട്ടു. ഒടുവിൽ അയൾ കരയ്ക്കെത്തുമ്പോൾ മീനിന്റെ 18 അടി നീളമുള്ള അസ്ഥികൂടം മാത്രം മിച്ചം. വിശപ്പും ഇരുട്ടും മാത്രം സഹവാസികളായ ഏകാന്തമായി തന്റെ കുടിലിൽ അന്നും അയാൾ ശാന്തമായുറങ്ങി. ഉറക്കത്തിൽ ഗർജ്ജിക്കുന്ന ആഫ്രിക്കൻ സിംഹങ്ങളെ സ്വപ്നം കണ്ടു. അതിന്റെ ഊർജ്ജവുമായി പിറ്റേന്നാളും പുലർച്ചെ അയാൾ കടൽയാത്രയ്ക്ക് തയ്യാറായി.

'മനുഷ്യനെ നശിപ്പിക്കാം, പരാജയപ്പെടുത്താനാവില്ല' എന്ന് ഈ മനുഷ്യനെ അവതരിപ്പിച്ചുകൊണ്ടാണ് ഹെമിംഗ്‌വേ പ്രഖ്യാപിച്ചത്. തകർന്ന ഇടങ്ങളിലേക്കെല്ലാം മനുഷ്യൻ കൂടുതൽ കരുത്തോടെ കുതിച്ചാർക്കും എന്നായിരുന്നു ഹെമിംഗ്‌വേയുടെ തത്ത്വശാസ്ത്രം. അത് അധഃസ്ഥിതരുടെ മോചനശാസ്ത്രം കൂടിയാണ്. അതിന്റെ അനുപല്ലവിയാണ് മലയാളത്തിന്റെ കവി ഇങ്ങനെ ആലപിച്ചത്.

"തുമ്പിക്കൈവണ്ണത്തിൽപ്രേമഴ പെയ്യട്ടെ
ജൃംഭിക്കും കാളാംബുവാഹം.
ചീറ്റിയടിക്കും കൊടുങ്കാറ്റിൽ വന്മര-
ക്കൂട്ടം പതിക്കട്ടെ നീളെ
ദുർദ്ദമശക്തികളെല്ലാമിളകീട്ടു-
കുത്തിമറിഞ്ഞു വന്നോട്ടെ
അപ്പോഴാണുത്സവ, മപ്പോഴാണുത്സാഹ-
മപ്പോഴദമ്യനീ മർത്യൻ."
എന്നും
"എനിക്കു രസമീനിമ്നോന്നതമാം
വഴിക്കു തേരുരുൾ പായിക്കൽ
ഇതേതിരുൾക്കുഴിമേലുരുളട്ടെ
വിടില്ല ഞാനീരശ്മികളെ."

എന്നും

ചെറിയ പ്രശ്നങ്ങൾ പോലും അഭിമുഖീകരിക്കാനാവാതെ പലായനം ചെയ്യുന്നവരും ആത്മഹത്യയിൽ അഭയം പ്രാപിക്കുന്നവരുമായ പുതിയ തലമുറയ്ക്ക് ഈ വചസ്സുകൾ പ്രചോദനമാകട്ടെ.

മനുഷ്യനും പ്രകൃതിയും

പ്രപഞ്ചം ഈശ്വരന്റെ ശരീരമെന്നാണ് ഈശാവാസ്യോപനിഷത്തിൽ പറയുന്നത്. അതിലധിഷ്ഠിതമായി 'വസുധൈവകുടുംബകം', 'അഹം ബ്രഹ്മാസ്മി', 'തത്ത്വമസി' തുടങ്ങിയ ദർശനങ്ങൾ സാർവ്വസാഹോദര്യത്തിന്റെ സന്ദേശമായി ഭാരതം ലോകത്തിന് നൽകി. എല്ലാ ഹിംസകൾക്കും യുദ്ധക്കൊതികൾക്കും ഈ സന്ദേശം സാർത്ഥകമായ പരിഹാരമാണ്. അഹിംസാമൂർത്തിയായ ശ്രീബുദ്ധനും സ്നേഹമൂർത്തിയായ ശ്രീയേശുവും ഈ ആദർശങ്ങളിലാണ് സാക്ഷാൽക്കാരം നേടിയത്. 'യത്ര വിശ്വം ഭവതി ഏകനിഡം' എന്ന ആശയം ഈ ആദർശങ്ങളുടെ ഉർവ്വര ഭൂമിയായ ഭാരതത്തിൽ നിന്നല്ലാതെ മറ്റെവിടെ നിന്ന് രൂപപ്പെടാൻ.

പ്രകൃതിയിലെ ഏറ്റവും മഹനീയ സൃഷ്ടിയാണ് മനുഷ്യൻ എന്നാണ് ചൊല്ല്. പ്രകൃതി മാതാവിനോടുള്ള സമീപനത്തിൽ മനുഷ്യനും മറ്റു ജീവജാലങ്ങളും തമ്മിൽ വലിയയൊരു അന്തരമുണ്ട്. മറ്റെല്ലാ ചരാചരങ്ങളും പ്രകൃതിക്ക് വിധേയമാണ്. മനുഷ്യന്റെ ആദിമചരിത്രം പ്രകൃതിയുമായുള്ള മഹനീയതാദാത്മ്യത്തിന്റേതായിരുന്നു. അതിൽനിന്നാണ് കർഷക സംസ്കാരം രൂപപ്പെട്ടത്. ആദിമ ജനത പ്രകൃതിപ്രതിഭാസങ്ങളെ ദൈവങ്ങളായി ആരാധിച്ചു. അതിന്റെ തെളിവാണ് ഋഗ്വേദകാലത്തെ ദൈവാരാധന. ആകാശം, ഭൂമി, വായു, സൂര്യൻ, ഇന്ദ്രൻ, വരുണൻ, അശ്വിനീദേവന്മാർ തുടങ്ങിയവയായിരുന്നു അന്നത്തെ ദൈവങ്ങൾ. പിന്നീടുള്ള മാനവചരിത്രം പ്രകൃതിയെ മുന്നേറാനുള്ള ശ്രമങ്ങളുടേതാണ്. ശാസ്ത്രമായിരുന്നു ആ മുന്നേറ്റത്തിന്റെ സഹായി. അതിന്റെ നേട്ടങ്ങൾ സർഗ്ഗാത്മകമെന്നതുപോലെ വിനാശാത്മകവുമായിരുന്നു. ഭസ്മാസുരന് വരം കിട്ടിയതു പോലെയായി അതിന്റെ പ്രത്യാക്രമണങ്ങൾ. ശാസ്ത്രത്തിന്റെ സംഭാവനകളായ അണുബോംബ്, രാസായുധങ്ങൾ തുടങ്ങിയവ മാനവരാശിയുടെ മാത്രമല്ല ഭൂമിയുടെ തന്നെ നിലനില്പിന് ഭീഷണിയായി. ഭൂമിയുടെ മാറിൽ അത് വിഷം സംക്രമിപ്പിച്ചുകൊണ്ടിരിക്കുന്നു. ആ വിഷഗന്ധത്തിൽ ഭൂമണ്ഡലം മയങ്ങി വീഴുന്നു.

ഇന്ന്, ആധുനികമനുഷ്യൻ അവസാനത്തെ വൃക്ഷത്തിൽ, അവസാനത്തെ ചില്ലയിൽ ആവാസം ഭദ്രമാക്കാൻ വെപ്രാളപ്പെടുകയാണ്.

ഇന്നലെവരെ ഭൂമി എന്റെ കാല്ക്കീഴിൽ ഉണ്ടായിരുന്നു. ഇന്നത് എന്റെ കാല്ക്കീഴിൽ നിന്ന് തെന്നിപ്പോയിരിക്കുന്നു എന്ന ഒറെസ്റ്റസ്സിന്റെ (സാർത്രിന്റെ കഥാപാത്രം) വിലാപം ഈ കാലത്തിന്റേതു കൂടിയാണ്.

"നീലക്കരിമുകിൽ തോപ്പുകളെല്ലാം തീയിട്ട് സംസ്കരിക്കുന്ന" ആധുനിക പരിഷ്കൃതി 'നീറായവനം' മാത്രം സമ്പാദിക്കുന്നു. "ഇവിടം ജീവിതസംഗ്രാമത്തിൽ ചുടലക്കളമോ ചുടുനീർക്കുളമോ" എന്ന കവിയുടെ നടുക്കം എല്ലായിടത്തും അലയടിക്കുന്നു.

'ഇദം ന മമ' (ഇത് എന്റേതല്ല) എന്ന ആദർശത്തിൽ നിന്ന് നാം സ്വാർത്ഥതയുടെ ഉപഭോഗസംസ്കാരത്തിലേക്ക് കൂപ്പുകുത്തിയിരിക്കുന്നു. 'നാം ഭൂമിയുടേതാണ്. ഭൂമി എന്റെ ഉപഭോഗവസ്തുവല്ല' എന്ന ജ്ഞാനത്തിൽ നിന്ന് നാം അധഃപതിക്കുകയാണ്. എല്ലാ ചരാചരങ്ങളുടേയും അവകാശമാണ് ഭൂമി എന്ന തത്ത്വത്തിൽ നിന്നകന്ന് എല്ലാം മനുഷ്യനെ കേന്ദ്രീകരിക്കുന്ന പരിഷ്കാരം വന്നതോടെയാണ് വിനാശത്തിന്റെ വിഷപുഷ്പങ്ങൾ പൊട്ടിവിരിയാൻ തുടങ്ങിയത്.

വാസ്തവത്തിൽ ഈ ഭൂമി എത്ര ഭദ്രമായ ആവാസവ്യവസ്ഥയാണ് ഒരുക്കിയിരിക്കുന്നത്. ജലസമൃദ്ധമായ, ജൈവവവൈവിധ്യങ്ങൾ കൊണ്ട് നിറഞ്ഞ ജീവപ്രതിഭാസം. ഭൂമിയുടെ ഉദരത്തിൽ ജീവനൂറി വരുന്ന ഗർഭജലമുണ്ട്. ഭൂമി വെറുമൊരു മൃതപിണ്ഡമായിരുന്നെങ്കിൽ സൂര്യന്റെ വർദ്ധിച്ചുവരുന്ന ഊർജ്ജവികിരണമേറ്റ് അത് എന്നേ കത്തിപ്പൊലിയുമായിരുന്നു. കഴിഞ്ഞ നാലുകോടി വർഷങ്ങളിൽ സൂര്യനിൽനിന്നുള്ള ഊർജ്ജവികിരണം 30% വർദ്ധിച്ചിട്ടുണ്ട്. മനുഷ്യന്റെ ക്രൂരമായ ഇടപെടൽകൊണ്ടാണ് ഭൂമിക്ക് പനി പിടിച്ചത്. (Global Warming) എല്ലാ അന്തഃക്ഷോഭങ്ങൾക്കുമപ്പുറം പ്രകൃതിയിൽ ജീവപോഷകമായ സ്രോതസ്സുണ്ട്. മനുഷ്യന്റെ കൈത്തെറ്റുകൊണ്ട് മാത്രമാണ് പ്രകൃതി വന്ധ്യമായിപ്പോകുന്നത്. പ്രകൃതി തന്റെ ഓരോ സന്തതിക്കും സംരക്ഷണത്തിന്റെ കൂടാരമൊരുക്കിയിട്ടുണ്ട്. മാനവന്റെ ക്രൂരതയാണ് ആ കൂടാരമെല്ലാം അടിച്ചു തകർത്തത്.

ലെബനൻ കവി ഖലീൽ ജിബ്രാന്റെ ഈ വാക്കുകൾ ശ്രദ്ധിക്കുക.

> "ഹേ ഭൂമി! ഞങ്ങൾ നിന്നിൽ പാകുന്നത്
> തലയോടുകളും അസ്ഥികൂടങ്ങളുമാണ്
> എങ്കിലോ, നീ അവയിൽ നിന്ന് ഉയിർക്കൊള്ളിക്കുന്നത്
> സൈപ്രസ്സും ഒലീവുമാണ്."

എത്രമേൽ അഭിശപ്തമായ മുറിവുകളേല്പിക്കുമ്പോഴും ക്ഷമാമൂർത്തിയായ ഭൂമി നമുക്കുവേണ്ടി പച്ചിലയായി കൈ നിവർത്തുന്നു. പൂക്കളായി സ്വയം പൊട്ടിവിടരുന്നു. മഴയായി, മഞ്ഞായി, വെയിലായി, വന്ധ്യതയിൽ നിന്നും ഊഷരതയിൽ നിന്നും നമ്മെ ഉർവ്വരതയിലേക്ക് നയിക്കുന്നു. ഒരിക്കലും ഇരുളിൽ ഉപേക്ഷിക്കുന്നില്ല. അത്രമേൽ കാരുണ്യവും സർഗ്ഗവാഞ്ഛയും ഊർജ്ജവും വഹിക്കുന്നു.

പക്ഷേ, നാം ആ അമ്മയോട് ചെയ്തത് എന്താണ്?

വ്യാവസായിക വിപ്ലവം മുതല്ക്കേ നാം അവളെ അമിതചൂഷണത്തിനും വിഷഭോജനത്തിനും ഇരയാക്കുകയാണ്. എല്ലാ വിഴുപ്പും വലിച്ചെറിയാനുള്ള കുപ്പത്തൊട്ടിയാക്കുകയാണ്. അണ്വായുധ നിർമ്മാണാവശിഷ്ടങ്ങളടക്കമുള്ള എല്ലാ ചവറുകളും നിക്ഷേപിക്കുന്ന മാരകമായ കുപ്പത്തൊട്ടി. പ്ലാസ്റ്റിക്ക് തുടങ്ങിയ മാലിന്യങ്ങൾ ഭൂമിയുടെ ഓരോ രോമകൂപത്തിലും വിഷം സംക്രമിപ്പിക്കുന്നു. കാർഷിക രംഗത്ത് രാസവളങ്ങൾ കടന്നു വന്നതോടെ എല്ലാ ജൈവപ്രക്രിയകളും നിർവ്വീര്യമായി. മണ്ണിന്റെ സുഷിരങ്ങൾ അടഞ്ഞുപോയി. സൂക്ഷ്മജീവികളുടെ സഞ്ചാരപഥങ്ങൾ മുറിഞ്ഞതുകൊണ്ട് ജൈവശൃംഖല തന്നെ ശിഥിലമായി. ഫ്രിജോകാപ്ര എന്ന ചിന്തകൻ അതിനെ ഭൂമിയുടെ ശരീരത്തിൽ നടത്തിയ കീമോതെറാപ്പി എന്നാണ് വിശേഷിപ്പിക്കുന്നത്. മനുഷ്യനാണ് എല്ലാത്തിനും വിനാശശ്രുതി മുഴക്കുന്നത്. ഗരുഡൻ എത്ര ഉയരത്തിൽ പറന്നാലും ഓസോൺ പടലത്തെ മുറിവേല്പിക്കുകയില്ല. മനുഷ്യന്റെ യുദ്ധോപകരണങ്ങളേറ്റാണ് ഗ്രഹങ്ങൾ വിഷമയമായത്. സിംഹങ്ങൾ എത്ര ഗർജ്ജിച്ചാലും കാനനാന്തരീക്ഷം ശബ്ദമലിനീകരണത്തിന് വിധേയമാകില്ല. മനുഷ്യൻ നിർമ്മിച്ച ശബ്ദാസുരന്മാർ ആണ് കാത് മാത്രമല്ല ജീവനും അടച്ചുകളയുന്നത്.

ഫൂക്കോ എന്ന ദാർശനികന്റെ അഭിപ്രായത്തിൽ മനുഷ്യന് പ്രകൃതിയിൽനിന്നതീതമായ വ്യക്തിത്വമോ സ്വത്വമോ ഇല്ല. എന്നു മാത്രമല്ല അതിന്റെ ആവശ്യവുമില്ല എന്നാണ്. പ്രകൃതിയുടെ വരദാനമാണ് മനുഷ്യന്റെ അസ്തിത്വം. ജീവപരമ്പരയുടെ മാതാവാണ് പ്രകൃതി. പ്രകൃതിയുടെ സ്തന്യമാണ് നമ്മുടെ ജീവനം. ആ അമ്മയുമായുള്ള നാഭീനാളബന്ധം അറ്റുപോയവന് ജീവമണ്ഡലത്തിൽ നിലനില്പില്ല. ചിതറിപ്പോയ ആ വൈകാരികഗ്രന്ഥി കൂട്ടിയിണക്കേണ്ടിയിരിക്കുന്നു. അല്ലെങ്കിൽ ബൈബിൾ പഴയനിയമത്തിൽ പരാമർശിക്കുന്നതുപോലെ നാല്പതു ദിവസത്തെ പ്രളയത്തിന്റെ സംഹാരമാണ് നമ്മെ കാത്തിരിക്കുന്നത്.

പ്രകൃതിയോടുള്ള സമീപനത്തിൽ മനുഷ്യന് നവീനമായൊരു നീതിശാസ്ത്രം വേണ്ടിയിരിക്കുന്നു. അത് എല്ലാ ജീവജാലങ്ങളുടേയും നിലനില്പിന് വേണ്ടിയുള്ളതായിരിക്കണം. ചരാചരങ്ങളുടെ സമഗ്രതയാണ് പ്രകൃതി. ദൃശ്യമോ അദൃശ്യമോ ആയ അനന്തജീവചക്രങ്ങളും ജീവവൈവിധ്യങ്ങളും അതിൽ ഉണ്ട്. അവ തമ്മിൽ ഇഴപൊട്ടാത്ത പാരസ്പര്യമുണ്ട്. ധാതുതലം, സസ്യതലം, ഷഡ്പദതലം, മൃഗതലം, പക്ഷിതലം, മാനുഷതലം എന്നിവയുടെ. മനുഷ്യന് അതിൽ സവിശേഷമായൊരു അധികാരസ്ഥാനമില്ല. "എന്റെ അയൽക്കാരുമായുള്ള ബന്ധത്തിൽ മാത്രമല്ല എന്റെ വീട്ടുമുറ്റത്ത് പാറിവരുന്ന പൂമ്പാറ്റയുമായും ഒരു ധർമ്മശാസ്ത്രം വേണം" എന്ന് ഷ്വൈറ്റ്സർ എന്ന ദാർശനികൻ പറഞ്ഞത് നാം ചെവികൊള്ളണം. അല്ലെങ്കിൽ രത്നഗർഭയും സർവ്വംസഹയുമായ ഈ ഭൂമി സംഹാരരുദ്രയാകും. നാം ഭൂമിയെ നമിച്ചുകൊണ്ട് പ്രകൃതിയിലേക്ക്, പ്രാചീനമായ ശാന്തിയിലേക്ക് മടങ്ങുക.

ലോഭത്തിന്റെ ബാക്കിപത്രങ്ങൾ

കാമ-ക്രോധ-മോഹ-ലോഭങ്ങൾ എന്നാണ് മനുഷ്യനിൽ വന്നടിഞ്ഞു കിടക്കുന്ന തിന്മകളെ മഹാത്മാക്കൾ നാമകരണം ചെയ്തിട്ടുള്ളത്. മനുഷ്യന്റെ ഒരിക്കലും തീരാത്ത ആർത്തിയെയാണ് ലോഭം എന്നു പറയുന്നത്. ലോകം 'മതി' എന്ന് പറയാൻ മടിക്കുന്നവരുടെ ലോഭാന്ധത കൊണ്ടാണ് ഇത്രയും കെട്ടുപോയത്. 'ഇദം ന മമ', ഇത് എന്റേതല്ല എന്ന നിസ്വാർത്ഥതയെ അമൂല്യമായ ആദർശമായി നാം നെഞ്ചോട് ചേർത്ത് പിടിച്ചിരുന്നെങ്കിൽ ഇത്രയും ഹിംസയും അധർമ്മവും അനീതിയും ഇവിടെ കൊടികുത്തി വാഴുകയില്ലായിരുന്നു. ലോഭത്തിന്റെ ഏറ്റവും പൈശാചികമായ താണ്ഡവമാണ് യുദ്ധം എന്ന പാതകത്തിൽ കാണുക. മനുഷ്യൻ മനുഷ്യന്റെ നേർക്ക് നടത്തുന്ന പാതകം. പ്രകൃതിയുടെ നേർക്ക് ചെയ്യുന്നതാകട്ടെ മനുഷ്യന്റെ നിലനില്പിന് തന്നെ ഭീഷണിയായി തിരിച്ചടിക്കുകയാണ്.

ഈ ലോകം ഇപ്പോൾ ഉഷ്ണത്തിന്റെ അഗ്നി മണ്ഡലമായിരിക്കുന്നു. തീവ്രതാപനം ആഗോളപരമായി തന്നെ വിപത്തായി കൊണ്ടിരിക്കുകയാണ്. ഇരുപതാം നൂറ്റാണ്ട് മുതല്ക്ക് ഭൂപ്രതലത്തിലെ താപനില 8 ഡിഗ്രി സെൽഷ്യസ് (10.4 ഡിഗ്രി എഫ്) കൂടി. അതോടുകൂടി കാലാവസ്ഥ അസന്തുലിതമായി. ഋതു പരിണാമങ്ങൾക്ക് താളം തെറ്റി. വനനശീകരണമാണ് പ്രധാന കാരണമെന്ന് പഠനങ്ങൾ വ്യക്തമാക്കുന്നു. മുമ്പ് ലോകത്തും കരഭൂമിയുടെ 30 ശതമാനം കാടായിരുന്നു. കാട് ജൈവവൈവിധ്യത്തിന്റെ കലവറയാണ്. 160 കോടി ജനങ്ങൾ വനം കൊണ്ടാണ് ജീവിക്കുന്നത്. ഒരു ഹെക്ടർ ഹരിതവനത്തിന് രണ്ടര ലക്ഷം ലിറ്റർ വെള്ളം സംഭരിക്കാൻ കഴിയും. ഭൂഗർഭ ജലസമ്പത്ത് വർദ്ധിപ്പിക്കാനും മണ്ണൊലിപ്പ് തടയാനും ആഗോളതാപനം കുറയ്ക്കാനും വനത്തിന് കഴിയും. വൃക്ഷങ്ങളുടെ വേരുകൾ മണ്ണിനെ രക്ഷാകവചം പോലെ പൊതിഞ്ഞ് സൂക്ഷിക്കുന്നു. 50 വർഷം പ്രായമുള്ള ഒരു വൃക്ഷം 5.3 ലക്ഷം രൂപയുടെ ഓക്സിജൻ നിർമ്മിക്കുന്നു. 6.4 ലക്ഷം രൂപയുടെ മണ്ണിനെ സമ്പുഷ്ടമാക്കുന്നു. 10.5 ലക്ഷം രൂപയുടെ വായുമലിനീകരണ നിയന്ത്രണം നടത്തുന്നു.

ഒരു വൃക്ഷം മുറിക്കുമ്പോൾ ചുരുക്കം 33 ലക്ഷം രൂപയുടെ നഷ്ടം സംഭവിക്കുന്നു. ഈ കണക്കുകളുടെ യുക്തിപോലുമില്ലാതെയാണ് നാണയത്തുട്ടുകളുടെ ലോഭത്തിൽ അന്ധരായി പാതകികൾ കാടിനുനേരെ മഴുവോങ്ങി നില്ക്കുന്നത്.

ഉയർന്ന പ്രദേശങ്ങളിൽ 2.4 ഡിഗ്രി സെൽഷ്യസ് മുതൽ 6.4 ഡിഗ്രി സെൽഷ്യസ് വരെയായിരിക്കും താപനില ഉയരുക. അതുണ്ടാക്കുന്ന പ്രത്യാഘാതങ്ങൾ അതിഭീകരവും വ്യാപകവുമാണ്. മഞ്ഞുമൂടിക്കിടക്കുന്ന പർവ്വതങ്ങളും സമുദ്രങ്ങളും ഉരുകും. കടൽനിരപ്പും ഉയരും. മരുഭൂമികൾ വിസ്തൃതമാകും. തീവ്രകാലാവസ്ഥ അതിശീതവും അത്യുഷ്ണവും അതിവർഷവും സംജാതമാക്കും. ഭക്ഷ്യസുരക്ഷ, ആവാസവ്യവസ്ഥ എല്ലാം തകരാറിലാകും. സമുദ്രത്തിലെ ഉഷ്ണദ്രവ്യങ്ങൾ ഭൂമിയിലെ ഊർജ്ജസമ്പത്തിനേക്കാൾ വലുതാകും. കടലുകളിൽ ഉഷ്ണത്തിരകളുണ്ടാകും. ജീവന്റെ നിലനില്പുതന്നെ അപകടത്തിലാകും. തീരങ്ങളിലും ദ്വീപുകളിലും താമസിക്കുന്ന കോടിക്കണക്കിന് മനുഷ്യർ പലായനം ചെയ്യുന്ന അഭയാർത്ഥികളാകും. യുണൈറ്റഡ് നേഷൻസ് ഫ്രെയിംവർക് കൺസെഷൻ ക്ലൈമറ്റ് ചെയ്ഞ്ചാണ് ഈ നടുക്കുന്ന സത്യത്തെക്കുറിച്ച് മുന്നറിയിപ്പ് നൽകിയത്.

വേനലിന്റെ കാഠിന്യത്തിൽ ഇന്ത്യയിലെ 125 കോടി ജനങ്ങളിൽ 12 കോടി ജനങ്ങളും ശുദ്ധജലം സ്വപ്നം കാണാൻ മാത്രം വിധിക്കപ്പെട്ടവരാണ്. രാജസ്ഥാൻ, മദ്ധ്യപ്രദേശ്, ഒറീസ, ഗുജറാത്ത് തുടങ്ങിയ ഇടങ്ങളിലാണ് ഏറ്റവും രൂക്ഷമായ ജലക്ഷാമം അനുഭവിക്കുന്നവർ. അവിടങ്ങളിൽ കിട്ടുന്ന ജലം തന്നെ ഫ്ളൂറിൻ എന്ന മാരകമായ വിഷം കലർന്നതാണ്. അതിന്റെ സാന്നിദ്ധ്യം എല്ലിനേയും പല്ലിനേയും ദ്രവിപ്പിക്കുന്നു. വൃക്കരോഗത്തിനും അത് കാരണമാണ്. വ്യവസായശാലകളിൽ നിന്നൊഴുകുന്ന വിഷാണുക്കളും വിഷലോഹവും കലർന്ന് ഭൂരിപക്ഷം ജലസ്രോതസ്സുകളും മരണദൂതികളായിക്കഴിഞ്ഞു, ഭക്ഷണം വേവിക്കാനുള്ള കഴിവ്പോലും ജലത്തിന് നഷ്ടപ്പെട്ടതുകൊണ്ട് ബേക്കിംഗ് സോഡ ചേർത്താണ് അവിടത്തുകാർ ഭക്ഷണം പാകം ചെയ്യുന്നത്. എ.ടി.എം. കാർഡുകൾ വഴിയാണത്രെ ചിലയിടത്ത് ജലവിതരണം. പണത്തേക്കാൾ മൂല്യമാണിവിടെ ജലത്തിന് എന്നാണതിനർത്ഥം.

കേരളത്തിലെ താപനില ഓരോ വേനലിലും കൂടിക്കൊണ്ടിരിക്കുന്നു. സൂര്യാഘാതമേറ്റ് കുഴഞ്ഞുവീഴുന്നവർ അസംഖ്യം. വേനലിൽ വനയോരമേഖലകളെല്ലാം വാടിക്കരിയുന്നു. വേനൽ രോഗങ്ങളെക്കൊണ്ടും വേനൽക്കെടുതികൾ കൊണ്ടും ജീവിതം വഴിമുട്ടുന്നു. കുടിവെള്ളമില്ല. ഗ്രാമങ്ങളും നഗരങ്ങളുമെല്ലാം പൊരിഞ്ഞ നെട്ടോട്ടം. കൃഷിയിടങ്ങൾ വരണ്ടുണങ്ങി ഉപജീവനം മുട്ടുന്നു. വന്യജീവികൾപോലും കാടിറങ്ങി വരുന്ന ദൈന്യങ്ങളായി. കഴിഞ്ഞ വേനലിൽ ഒരിറ്റ് ജലത്തിനായി – അതു വെറും ജലമല്ല. ജീവജലമാണ് – കേരളമാകെ ആർത്തനാദത്തോടെ വാ

തുറന്നു വച്ചിരിക്കുന്നു, വേഴാമ്പലിനെപ്പോലെ. 1995ന് ശേഷമാണ് കേരളത്തിലെ താപനിലയിൽ പെട്ടെന്ന് വർദ്ധനവുണ്ടായത്. ഋതുഭേദങ്ങളിലെ താളപ്പിഴയാണതിന്റെ കാരണം. എത്ര മനോഹരവും സുഖപ്രദവുമായിരുന്നു ഇവിടത്തെ ഋതുക്കളും അവ കൈത്താലമേന്തി വന്നിരുന്ന മഞ്ഞും മഴയും വെയിലുമെല്ലാം. അവയിൽ തിളങ്ങിനിന്ന കർഷകസംസ്കാരം അതിന്റെ ആദർശങ്ങളായ സ്നേഹവും കരുണയും കൂട്ടായ്മയും. എല്ലാം നമ്മൾ വിറ്റു പെറുക്കി. മഴ തരുന്ന കാടിനെ, തണലൊരുക്കുന്ന മരങ്ങളെ, ജീവനമായിരുന്ന പുഴകളെ, അഭയമായിരുന്ന ഭൂമിയെ. വിറ്റൊടുക്കുക മാത്രമല്ല, ഭൂമിയുടെ സിരകളിൽ വിഷാണുക്കളും വിഷലോഹങ്ങളും കയറ്റി കൊന്നൊടുക്കുകയുമായിരുന്നു. പ്രകൃതിയുടെ കനിവ്, ഋതുക്കളുടെ വരദാനം, ഭൂമിയുടെ ഹരിതഭംഗികൾ എല്ലാം നമുക്ക് നഷ്ടപ്പെട്ടു. പകരം നാം മരുഭൂമികളുടെ വിസ്തൃതി കൂട്ടിക്കൊണ്ടിരിക്കുന്നു. കവി വിലപിച്ചതുപോലെ “ആടിത്തിമിർക്കുന്ന തിമിർപ്പുകളിലെല്ലാം മൃതിതാളമാണ് ആർത്തലയ്ക്കുന്നത്.” പുരാണങ്ങളിലും കവി സങ്കല്പങ്ങളിലുമെല്ലാം സൗരയൂഥനാഥനായ സൂര്യന്റെ പ്രിയ പത്നിയാണ് ഭൂമി. അവൾക്ക് മാത്രമാണ് സൂര്യൻ ജീവന്റെ മരതകപ്പച്ച പ്രണയപാരിതോഷികമായി നല്കിയിട്ടുള്ളത്. ആ മനോഹരിയുടെ തല മുണ്ഡനം ചെയ്ത് വിവസ്ത്രയാക്കി അപമാനിതയും മുറിവേറ്റവളുമാക്കി വെറും തരിശാക്കി മാറ്റിയിരിക്കുകയാണ് അവളുടെ അസുരസന്തതികളായ മനുഷ്യർ. അവർ അമ്മയുടെ ജീവരക്തമൂറ്റിക്കുടിക്കുന്നത് കണ്ട് രോഷാകുലനായ സൂര്യന്റെ കണ്ണികളിൽനിന്ന് അഗ്നിവർഷം ചൊരിയുന്നതായിരിക്കുമോ ഈ കത്തുന്ന വേനൽ?

പ്രപഞ്ചത്തിൽ 97% ജലമാണെങ്കിലും 3.2% മാത്രമാണ് ശുദ്ധജലം. അതുകൊണ്ട് ഓരോ തുള്ളിജലവും അമൂല്യമാണ്. ഇനിയൊരു ലോകയുദ്ധമുണ്ടാകുക ജലത്തിന്റെ പേരിലായിരിക്കുമെന്നാണ് ക്രാന്തദർശികൾ പറയുന്നത്. “പാനീയം പ്രാണിനാം പ്രാണം” (ജലം ജീവികൾക്ക് പ്രാണൻ) എന്നാണ് ജലത്തിന്റെ നിർവ്വചനം. 24 നദികളിലെ വെള്ളത്തെ ആശ്രയിച്ചാണ് ലോകജനത ജീവിക്കുന്നത്. 2025 ആകുമ്പോഴേക്കും ഇന്ത്യയുൾപ്പടെ 50 രാജ്യങ്ങളിലായി അന്നത്തെ ലോകജനസംഖ്യയുടെ 40% (320 കോടി) ജനങ്ങൾ രൂക്ഷമായ ജലക്ഷാമത്തിന് വിധേയരാകും.

കേരളത്തിൽ വറുതി എന്ന മാരകാവസ്ഥയ്ക്ക് ഒരു കാരണം ഒടുങ്ങാത്ത ആഡംബരഭ്രമവും സ്വയം പ്രദർശനഭ്രമവുമാണ്. മിതത്വം, ലാളിത്യം തുടങ്ങിയ മൂല്യങ്ങൾ നാം കൈവിട്ടുകളഞ്ഞു. കോൺക്രീറ്റു വീടുകൾ, വാഹനങ്ങൾ, തുടങ്ങിയവയുടെ ക്രമാതീതമായ ആധിക്യം അന്തരീക്ഷത്തിലെ താപനില ഉയർത്തുന്നു. കോടിയിലേറെ വീടുകളും 70 ലക്ഷത്തിലേറെ വാഹനങ്ങളും ഇന്ന് കേരളത്തിലുണ്ട്. ഒരാൾക്ക് രണ്ടോ മൂന്നോ വീടുകൾ. ഓരോ അംഗത്തിനും ഒന്നിലേറെ വാഹനങ്ങൾ എന്നിങ്ങനെ. നമുക്ക് തരിശുഭംഗികളോടാണിപ്പോൾ താത്പര്യം.

അതിന് വേണ്ടി വീട്ടിലേയും റോഡരികിലേയും പച്ചപ്പുകളും പൂച്ചെടികളും നാം പിഴുതെറിയുന്നു. ചെറിയ തോടുകളേയും ജലാശയങ്ങളേയും ഇല്ലാതാക്കുന്നു. വാസ്തവത്തിൽ അവയെല്ലാം അതിസൂക്ഷ്മമായ സന്തുലന സ്രോതസ്സുകളാണ്. മലയിടിക്കലും പാടം നികത്തലുമെല്ലാം മഴയെ നമ്മിൽ നിന്ന് വിദൂരമാക്കി ഉള്ള ജലവിതാനങ്ങളെ നശിപ്പിച്ചു.

ഭാരതീയരായ നാം ആദിമസംസ്കാരത്തിൽ ചുവടുറപ്പിച്ചു നിന്നിരുന്നുവെങ്കിൽ ഈ ദുരവസ്ഥ സംഭവിക്കുകയില്ലായിരുന്നു. നമുക്ക് പ്രകൃതി ഭൗതികമായ അഭയവും ഉപജീവനും മാത്രമല്ല ആത്മീയമായ നിറവും കൂടിയാണ്. 'നാം തമ്മിൽ ആറായിരം യോജനയുടെ ദൂരമല്ല. ഒരു ഹിമവാനേയും ഗംഗയുടേയും ദൂരമാണുള്ളത്.'എന്ന് നമ്മുടെ ഒരു കവി പാശ്ചാത്യകവിയോട് പറഞ്ഞത് അതുകൊണ്ടാണ്. നമ്മുടെ ആദിമദൈവങ്ങളെല്ലാം പ്രകൃതിപ്രതിഭാസങ്ങളായിരുന്നു- വെളിച്ചത്തിന് സൂര്യൻ, അഗ്നി; കാറ്റിന് വായുദേവൻ; ജലത്തിന് വരുണദേവൻ; മഴക്ക് ഇന്ദ്രൻ; ആകാശത്തിന് ദേവൻ ദ്യോവ്; ഭൂമിക്ക് ദേവി പൃഥ്വി എന്നിങ്ങനെ. 'ഇദം ന മമ', ഇത് എന്റേതല്ല എന്ന നിസ്വാർത്ഥതയായിരുന്നു എല്ലാവരുടേയും മതം. പുതിയ മനുഷ്യന്റെ സ്വാർത്ഥത "എല്ലാം എനിക്ക്" എന്ന അധർമ്മ മതമുണ്ടാക്കി. മാത്രമല്ല ഞാൻ എല്ലാത്തിന്റേയും ഉപഭോക്താവാണ് എന്ന മതവും.

നമുക്ക് വാല്മീകി-വ്യാസന്മാർ ആവാസമുറപ്പിച്ച ആരണ്യക സംസ്കൃതി വീണ്ടെടുക്കണം. ഉപഭോഗസംസ്കാരത്തെ തിരസ്കരിക്കണം. എത്രയോ ജീവികളിൽ നിന്നുള്ള ജൈവപരിണാമമായിരുന്നു മനുഷ്യൻ. അതുകൊണ്ട് പ്രപഞ്ചത്തിലെ ഓരോ ജീവാണുവിലും നാമുണ്ടെന്നത് ശാസ്ത്ര തത്ത്വം കൂടിയാണ്. ഈ പാരസ്പര്യമാണ് നമ്മുടെ സിരകളിലൂടെ ഒഴുകുന്ന പയസ്വിനി - മനുഷ്യന്റെ ദുരയും ദുഷ്ടും അതിനെ തമസ്വിനിയാക്കാതിരിക്കട്ടെ.

ഭഗിനി നിവേദിത

ഒരു സ്നേഹത്തിന്റെ ഉന്നതമായ ആത്മപരിണാമങ്ങളെ ഭഗിനി നിവേദിത എന്ന് നാമകരണം ചെയ്യാം.

വ്യക്തിനിഷ്ഠമായ സ്നേഹം ചിതാശവങ്ങളിൽ വയ്ക്കുന്ന പൂവ് പോലെയാണെന്ന് ആശാന്റെ 'നളിനി' എന്ന കാവ്യത്തിലെ നായകൻ ദിവാകരയോഗി പറയുന്നു. ഒരു ജന്മം മുഴുവൻ കാമുകന് വേണ്ടി - അദ്ദേഹം തനിക്ക് അപ്രാപ്യനാണെന്നറിഞ്ഞിട്ടും സ്നേഹവ്രതമനുഷ്ഠിച്ച നളിനിയോടാണ് അദ്ദേഹം അങ്ങനെ പറയുന്നത്. വ്യക്തിപരമായ സ്നേഹത്തെ പ്രപഞ്ചത്തോട് മുഴുവനുമുള്ള ലോകാനുരാഗമാക്കി പരിണമിപ്പിക്കുമ്പോഴാണ് ഒരാൾ ആത്മോന്നതിയുടെ ധന്യത നേടുന്നത്. അത്തരമൊരു സ്നേഹ നക്ഷത്രം ഭാരതത്തിന്റെ ആകാശത്തിൽ വന്ന് ഉദിച്ച് അസ്തമിച്ചു - ഭഗിനി നിവേദിത.

പാശ്ചാത്യവനിതയായ മാർഗരറ്റ് നോബിളാണ് ഭഗിനി നിവേദിതയായി പരിണമിച്ചത്. അവർ ഭാരതത്തിലെത്തി ഇവിടത്തെ ഇരുളടഞ്ഞ വഴിത്താരകളിലത്രയും പ്രകാശവും പ്രത്യാശയും ചൊരിഞ്ഞ് സഞ്ചരിച്ചു. ഇവിടെ എത്തുന്നതിന് മുമ്പ് തന്നെ സ്വന്തം നാട്ടിലും അവർ ത്യാഗത്തിന്റേയും സേവനത്തിന്റേയും പ്രഭ ചൊരിഞ്ഞിരുന്നു. വിദ്യാഭ്യാസ വിവക്ഷണയായ മാർഗററ്റ് ബർണാർഡ്ഷാ തോമസ് ഹക്സ്‌ലി എന്നിവരോടൊപ്പം വിദ്യാഭ്യാസ മേഖലയെ ഉയരങ്ങളിലെത്തിച്ചു. അനാഥാലയങ്ങളിൽ അവരുടെ കാരുണ്യ പ്രവർത്തനങ്ങൾ അതുല്യമായിരുന്നു. ഖനികളിലെ ജോലിക്കാരിൽ അവരുടെ കർമ്മങ്ങൾ ജീവകാരുണ്യത്തിന്റെ മഹനീയ സന്ദേശമായി.

സ്വാമിവിവേകാനന്ദന്റെ വേദാന്ത പ്രഭാഷണങ്ങൾ കേൾക്കാനിടയായത് മാർഗററ്റ് നോബിളിന്റെ ജീവിതത്തിൽ വഴിത്തിരിവായി. സ്വാമിയോട് തോന്നിയ അഗാധവും തീവ്രവുമായ സ്നേഹവും ആരാധനയുമാണ് അവരെ ഭാരതത്തിലേക്ക് ആകർഷിച്ചത്. മഹത്വവും അർപ്പണബോധവുമുള്ള ഒരു ശിഷ്യനെ സ്വാമി ആഗ്രഹിച്ചിരിക്കുകയായിരുന്നു. സ്വാമി അവർക്ക് മന്ത്രദീക്ഷ നല്കുകയും ഭഗിനി നിവേദിത എന്ന് നാമകരണം

ചെയ്യുകയും ചെയ്തു. "ഭാരതത്തെ നീ ഉണർത്തണം ഇവിടത്തെ അടിമ സമാനരെ ആത്മാവലംബിയാക്കാനുള്ള ദൗത്യം ഏല്ക്കണം. മനുഷ്യനെ തന്നെ ഈശ്വരനായി സ്നേഹിക്കുന്നവരുടെ ഒരു നവമാനവ പരമ്പര ഇവിടെ ഉണ്ടാക്കണം." എന്നാണ് സ്വാമി അവർക്ക് നല്കിയ കല്പന. സ്വാമിനി നിവേദിത അവയെല്ലാം ശിരസാവഹിച്ചു. സ്വാമിജിയുടെ ദൗത്യം ഏറ്റെടുത്ത് അദ്ദേഹത്തിന്റെ പാദമുദ്രകളെ പിന്തുടർന്ന് അവർ തനിക്ക് സ്വാമിയോടുള്ള സ്നേഹത്തിന് സാക്ഷാൽക്കാരം നേടി.

ഭാരതത്തിലെ ബഹുഭൂരിപക്ഷം സ്ത്രീകളും അന്ന് സ്വാതന്ത്ര്യമില്ലാതെ, ആത്മബോധമില്ലാതെ അടിമസമാനരായി കഴിയുകയായിരുന്നു. സ്വന്തം വീടിനപ്പുറത്ത് അവർക്കൊരു ലോകമില്ലായിരുന്നു. ഭഗിനി നിവേദിതയുടെ പ്രവർത്തനങ്ങൾ അവരെ അന്ധകാരത്തിൽ നിന്ന് വെളിച്ചത്തിലേക്ക് നയിച്ചു. കൽക്കത്തയിലെ വിദ്യാഹീനരായ പെൺകുട്ടികൾക്ക് നിവേദിത വിദ്യാഭ്യാസത്തിന്റെ വാതായനങ്ങൾ തുറന്നുകൊടുത്തു. കൽക്കത്തയിൽ പ്ലേഗുബാധയുണ്ടായപ്പോൾ സ്വരക്ഷ മറന്ന് രോഗികൾക്കിടയിൽ പ്രവർത്തന നിരതയായി. മരണം വരെയും അവർ ആത്മസമർപ്പണത്തോടെ ഭാരതത്തിൽ പ്രവർത്തിച്ചു.

മാനവികതയുടെ ഉത്തമ മാതൃകയായിരുന്നു അവർ. അവരിലെ സർവ്വംസഹയായ മാതൃഹൃദയം സ്വാമിജിയെ അദ്ഭുതപ്പെടുത്തി. തന്റെ സത്യമായ തിരഞ്ഞെടുപ്പാണ് നിവേദിത എന്ന് സ്വാമിജി നിർവൃതി കൊണ്ടു.

"ഗുരുക്കന്മാർ അനവധിയുണ്ടാകാം. യുഗധർമ്മമനുസരിച്ച് ഒരു ശിഷ്യനേയോ ശിഷ്യയേയോ കിട്ടുന്നത് ഉത്തമ പുരുഷാനുഭവമാണ്" എന്ന് സ്വാമി അഭിമാനിച്ചു. ശ്രീരാമകൃഷ്ണപരമഹംസന് വിവേകാനന്ദനെ ലഭിച്ചതുപോലെയായിരുന്നു ആ മഹാസംഭവം.

മദ്യമെന്ന മഹാവ്യാധി

കേരളത്തിന്റെ ശരീരത്തിൽ ആധിപത്യമുറപ്പിച്ചിരിക്കുന്ന ഏറ്റവും മാരകമായ മഹാവ്യാധിയാണ് മദ്യം. നമ്മുടെ ബാല്യകൗമാരങ്ങൾ പോലും കാലുകൾ വേച്ചും ശരീരം ദ്രവിച്ചും മനസ്സ് പതറിയും ബുദ്ധി മന്ദീഭവിച്ചും അതിന്റെ ഇരയാകുന്നു. ഈ നില തുടർന്നാൽ മദ്ധ്യാഹ്നത്തിലേ അസ്തമിക്കുന്ന ഒരു ജനതയായി നാം മാറാൻ അധികനാളുകൾ വേണ്ടിവരില്ല.

ഇന്ത്യയിലെ മദ്യപരുടെ കണക്ക് പരിശോധിച്ചാൽ നമ്മുടെ കൊച്ചു കേരളം ഒന്നാം സ്ഥാനത്താണത്രെ. മുമ്പ് പ്രതിഭയിലും കലയിലും പുരോഗമനാശയങ്ങളിലും മറ്റുമായിരുന്നു നാം ഇന്ത്യയെ നയിച്ച് മുന്നിൽ നടന്നിരുന്നത്. ഇന്ന് ആ സ്ഥാനങ്ങളെല്ലാം മദ്യം തട്ടിയെടുത്തിരിക്കുന്നു. സമീപകാലത്ത് മദ്യോപഭോഗത്തിലുണ്ടായ വർദ്ധനവും നമ്മെ ഞെട്ടിക്കുന്നതാണ്. മുൻ വർഷം മദ്യം വിറ്റത് 7.3 ലക്ഷം കേസുകളായിരുന്നത് ഇപ്പോൾ അതിന്റെ ഇരട്ടിയോളമായി. ചില്ലറ വില്പനശാലകളിലും അവസ്ഥ ഇതു തന്നെ.

"മദ്യം വിഷമാണ്. അത് ഉണ്ടാക്കരുത്. കൊടുക്കരുത്. കുടിക്കരുത്. ചെത്തുകാരന്റെ ദേഹം നാറും. തുണി നാറും. വീട് നാറും. അവൻ തൊട്ടതെല്ലാം നാറും." എന്ന് എത്രയും കർശനമായി ശ്രീനാരായണഗുരു പറഞ്ഞത് മദ്യമുണ്ടാക്കുന്ന മഹാദുരന്തം അദ്ദേഹത്തിന്റെ പ്രവാചക പ്രജ്ഞയിൽ തെളിഞ്ഞതു കൊണ്ടാകാം. ഗുരു അവിടേയും നിർത്തിയില്ല തന്റെ രോഷവചസ്സുകൾ.

"ചെത്ത് ഒരു മഹാവ്യാധിയാണ്. ഒരവയവത്തിന് കുഷ്ഠരോഗം ഉണ്ടായാൽ ദേഹം മുഴുവൻ അത് ദുഷിപ്പിക്കുന്നതുപോലെ ചിലർ ചെത്തുന്നതു മൂലം സമുദായം മുഴുവൻ കെട്ടുപോകുന്നു. രോഗം പിടിപെട്ട അവയവം നാം മുറിച്ചുകളയുന്നു. ചെത്തു കാരേയും സമൂഹത്തിൽ നിന്ന് വേർപെടുത്തണം. അവരുമായി കൂടിക്കഴിയരുത്." ശാന്തരൂപനും ധ്യാനാത്മാവുമായ ഗുരു ഇത്രയും രൂക്ഷമായി ഉൾഭീതിയോടെ മറ്റൊന്നിനെക്കുറിച്ചും പറഞ്ഞിട്ടില്ല.

കേരളത്തെ എല്ലാതരം ഭ്രാന്തുകളിൽ നിന്നും സുബോധത്തിലേക്ക് നയിക്കുക എന്ന നിയോഗമായിരുന്നുവല്ലോ ഗുരുവിന്റേത്. അദ്ദേഹം ഭാരതത്തിനാകമാനം പ്രചോദനമായതുകൊണ്ടാണ് മഹാത്മജിയും ടാഗോറുമെല്ലാം അദ്ദേഹത്തിന്റെ സന്ദർശകമായത്. ഭാരതത്തിന്റെ മുഴുവൻ സ്വത്തായ ആ ഗുരുവിനെ ഒരു സമുദായാചാര്യൻ മാത്രമാക്കി, തങ്ങളുടെ കുത്തകയാക്കി മുതലെടുക്കുന്നവർ ഗുരുവിന്റെ മദ്യത്തെക്കുറിച്ചുള്ള വൈഖരി കേൾക്കാനെങ്കിലും ഹൃദയവിശാലത കാണിക്കണം., മദ്യത്തിനു വേണ്ടി നിലകൊള്ളുകയും വാദിക്കുകയും ചെയ്യുന്നവരിൽ പ്രമുഖ സ്ഥാനം അവർക്കാണല്ലോ. നമ്മുടെ ചരിത്രത്തിലെ ഏറ്റവും ഖേദകരമായ വൈരുദ്ധ്യവും ഇരുണ്ട തമാശയുമാണത്. ഗുരു അങ്ങനെ അരുളുമ്പോഴത്തെ മദ്യം അധികമൊന്നും മാരകസ്വഭാവമില്ലാത്ത കള്ള് ആയിരുന്നു. ഇന്നാകട്ടെ മദ്യമെന്നാൽ എത്രയും ഭീകരമായ മാരകവസ്തുവാണ്. ജീവിതം കശക്കിയെറിയുന്ന, വീടുകളെ നരകയാതനകളിലേക്ക് വലിച്ചെറിയുന്ന, സമൂഹത്തിലെ ബുദ്ധിപരവും വൈജ്ഞാനികവും കലാപരവുമായ എല്ലാ പ്രതിഭകളേയും അസ്തമിപ്പിക്കുന്ന, ഭീകരവസ്തു. ഗുരു ഈ കാലഘട്ടത്തിൽ ജീവിച്ചിരുന്നുവെങ്കിൽ മദ്യത്തിനെതിരെ പൊരുതി രക്തസാക്ഷിത്വം വഹിക്കുമായിരുന്നു.

മദ്യത്തിന് അടിമയാകുക എന്നത് മാത്രമല്ല പുതിയ സമൂഹത്തെ ഗ്രസിച്ചിരിക്കുന്ന മദ്യദുരന്തം. അത് അളിഞ്ഞു നാറുന്ന ഒരു 'സ്റ്റാറ്റസ് ബിംബം' കൂടി ആയിരിക്കുന്നു. മദ്യപിക്കാത്ത പുരുഷന്മാർക്ക് ബുദ്ധിജീവികളുടേയും കലാകാരന്മാരുടേയും ഇടയിൽ സ്ഥാനമില്ല. മദ്യപനായാലേ കലയും വിജ്ഞാനവുമൊക്കെ അംഗീകരിക്കപ്പെടൂ എന്ന അവസ്ഥ. സിനിമ തുടങ്ങിയ മാധ്യമങ്ങളിൽ പ്രത്യക്ഷപ്പെടുന്ന ഇത്തരം 'റോൾ മോഡലു'കളെ പുതുതലമുറ ആരാധിക്കുന്നു. വിവാഹം തുടങ്ങിയ ആഘോഷവേളകളിൽ മദ്യസൽക്കാരം മുഖ്യസ്ഥാനത്തെത്തിയിരിക്കുന്നു. ആഘോഷങ്ങളും ഉത്സവങ്ങളുമെല്ലാം കുടിച്ചുകൂത്താടി അടിച്ചുപൊളിക്കാനുള്ളതാണ് എന്ന പൊതുവികാരം നമ്മെ വിഴുങ്ങിയിരിക്കുന്നു. അവയ്ക്കെല്ലാമടിയിലൂടെ ജീവിതത്തിന്റെ സൗന്ദര്യവും വിശുദ്ധിയും ഒലിച്ചു പോകുന്നു. ബന്ധങ്ങളുടെ കെട്ടുറപ്പും സാമ്പത്തിക ഭദ്രതയും ശിഥിലമാകുന്നു.

ഈവിധ വികൃത ശൈലികൾ ഇപ്പോൾ സ്ത്രീകളിലേക്കും സംക്രമിച്ചിരിക്കുന്നു. വീടിനുള്ളിൽ പ്രകാശം പരത്തി പ്രജകളെ നന്മയിലൂട്ടി വളർത്തി സമൂഹത്തിന് നല്കി ലോകനിർമ്മിതിയിൽ മുഖ്യപങ്ക് വഹിക്കേണ്ടവൾ മദ്യശാലകളിലിരുന്ന് കുടിച്ചുകൂത്താടിയാൽ സമൂഹത്തിന്റെ അവസ്ഥ എന്താകും? മദ്യശാലകളിലെ സ്ത്രീസാന്നിദ്ധ്യം വല്ലാതെ നടുക്കുന്നു.

ഈവിധ അപായങ്ങൾ നിലനില്ക്കേ മദ്യമെന്ന ദുർമൂർത്തിയെ ഉന്മൂലനം ചെയ്യാൻ നാം പ്രതിജ്ഞാബദ്ധരാകണം. അത് ഭരണാധികാരികളുടെ പ്രാഥമിക ധർമ്മവും കർമ്മവുമാകണം. പരിപൂർണ്ണമായ മദ്യനിരോധനവും മദ്യവർജ്ജനവുമാണ് വേണ്ടത്. മദ്യനിരോധനം നിയമങ്ങൾകൊണ്ട് നടപ്പിലാക്കാം എന്നാൽ മദ്യവർജ്ജനം നാം ഒരു തപസ്യ പോലെ ഏറ്റെടുക്കണം. വ്രതം പോലെ അനുഷ്ഠിക്കണം.

ബാറുകളെല്ലാം കളമൊഴിഞ്ഞാലും പ്രധാനമദ്യവ്യാപാരിയായി സർക്കാർ നിലകൊള്ളുമെന്നാണ് ഇപ്പോഴത്തെ അവസ്ഥ. എക്സൈസ് വകുപ്പിന്റെ മൊത്തം വരുമാനം 3000 ത്തോളം കോടിയാണ്. മദ്യനികുതിയിനത്തിൽ സർക്കാരിന് ലഭിക്കുന്നത് 5540 ലേറെ കോടി. അങ്ങനെ മദ്യവരുമാനം മൊത്തത്തിൽ 8000 ത്തിലധികം കോടി. മൂല്യാധിഷ്ഠിതമല്ലാത്ത സർക്കാരുകൾക്ക് ഈ വൻ തുകയാണ് വൻമൂല്യം. പൗരന്റെ ജീവനും നിലനില്പിനും ശാന്തിക്കുമെല്ലാം അതിന് പിറകിലാണ് സ്ഥാനം.

കേന്ദ്ര സർക്കാർ നിയോഗിച്ച പ്രൊഹിബിഷൻ എൻക്വയറി കമ്മിറ്റി നിർദ്ദേശമനുസരിച്ച് 1958 ഏപ്രിൽ 1 മുതൽ മദ്യം നിരോധിക്കണം എന്നാണ്. അതിനു മുമ്പ് 1956 മാർച്ച് 31ന് ലോകസഭ രാജ്യത്താകെ മദ്യനിരോധനം വേണം എന്ന പ്രമേയം പാസ്സാക്കിയിരുന്നു. ഇതിനെല്ലാം മുമ്പും അനൗദ്യോഗികമായി ഇന്ത്യയുടെ കാൽ ഭാഗത്തോളം മദ്യനിരോധനമുണ്ടായിരുന്നു. അവയിൽ മദ്രാസ് പ്രൊവിൻസ് ബോംബെ സ്റ്റേറ്റ് (ഇന്നത്തെ ഗുജറാത്ത് ഉൾപ്പടെ) മദ്യനിരോധനത്തിൽ മുന്നിട്ടുനിന്നു. 1950–60 വരെ തമിഴ്നാട്, മഹാരാഷ്ട്ര, ഗുജറാത്ത്, ആന്ധ്ര, കേരളം, മധ്യപ്രദേശ്, അസം, ഒഡീഷ, കർണ്ണാടക എന്നിവിടങ്ങളിൽ മദ്യനിരോധനമുണ്ടായിരുന്നു. പിന്നീട് നിരോധനം പിൻവലിക്കുകയായിരുന്നു. വരുമാനനഷ്ടമാണ് പ്രധാനമായും ചൂണ്ടിക്കാണിച്ച കാരണം. നഷ്ടത്തിൽ 50% നല്കാമെന്ന് കേന്ദ്രം സംസ്ഥാനങ്ങളോട് പറഞ്ഞിട്ടും സംസ്ഥാനങ്ങൾക്ക് അത് സ്വീകാര്യമായില്ല. ഇന്ന് ഗുജറാത്ത്, മിസോറാം, നാഗാലാന്റ് എന്നിവിടങ്ങളിലാണ് മദ്യനിരോധനമുള്ളത്. ഒട്ടേറെ ഇളവുകളോടെ.

മൊറാർജി ദേശായിയെപ്പോലെ കർക്കശക്കാരനായ ഒരു ഭരണാധികാരി പോലും പരാജയപ്പെട്ട മേഖലയാണ് മദ്യനിരോധനം. ഭരണഘടനയിലെ സംസ്ഥാനപട്ടികയിലാണ് മദ്യത്തിന്റെ സ്ഥാനം. അതുകൊണ്ട് ഓരോ സംസ്ഥാനവും ഓരോ നിയമമാണ് അതിൽ കൊണ്ടുവരുന്നത്. മദ്യോപഭോഗത്തിന് തടസ്സമായി ഉന്നയിക്കപ്പെട്ടിട്ടുള്ള ഒരു പ്രശ്നം വരുമാനത്തിന്റേതാണ്. പഞ്ചാബ് തുടങ്ങിയ ചില സംസ്ഥാനങ്ങളിൽ മൂന്നിലൊന്ന് വരുമാനം മദ്യത്തിൽ നിന്നാണ്. കേരളത്തിന്റെ മദ്യവരുമാനം നാം കണ്ടതാണല്ലോ. ആത്മശക്തിയും ഇച്ഛാശക്തിയുമുള്ള ഒരു ഭരണകൂടത്തിന് ഈ പ്രശ്നത്തെ മറികടക്കാനാകും. ത്യാഗം സഹിക്കുക, ആർഭാടങ്ങൾ കുറയ്ക്കുക, ലളിതജീവിതശൈലി ആവിഷ്കരിക്കുക

എന്നീ മൂല്യങ്ങൾ വഴി. ധനാർജ്ജനം വ്യക്തിയായാലും ഭരണകൂട മായാലും ധർമ്മവും ശുദ്ധിയുമാർന്ന മാർഗ്ഗത്തിലൂടെയായിരിക്കണം നിർവ്വഹിക്കേണ്ടത്. കൊള്ളയും വ്യഭിചാരവും പോലെയുള്ള തിന്മയായി കണ്ട് മദ്യത്തേയും വർജ്ജിക്കാനുള്ള ബോധവൽക്കരണം വേണം. മദ്യം നിരോധിച്ചാൽ അനേകം പേർക്ക് തൊഴിൽ നഷ്ടപ്പെടുമെന്നതാണ് മറ്റൊരു പ്രശ്നം. അതിനുള്ള ഉത്തരം ഗുരുവചനങ്ങളിലുണ്ട്.

"ചെത്തിനുള്ള കത്തി നാലാക്കിയാൽ ഓരോ കഷണം കൊണ്ട് മുടി വടിക്കാനുള്ള ഓരോ കത്തിയുണ്ടാക്കാം. അതുകൊണ്ടു നടക്കുന്നതാ യിരിക്കും ചെത്തുന്നതിനേക്കാൾ ഭേദം. നല്ല ആദായവും ഉണ്ടാകും. ചെത്തുന്നവരെകൊണ്ട് തെങ്ങിൽ കയറ്റി തേങ്ങ ഇടീക്കുകയും ചെയ്യാം." നീരയുടെ ഉല്പാദനവും വിതരണവും വർദ്ധിപ്പിച്ചാൽ ഈ തൊഴിൽ രഹിതരെ അവിടയെല്ലാം വിന്യസിക്കാവുന്നതാണ് എന്ന് സുപ്രീം കോടതിയും ചൂണ്ടിക്കാണിച്ചിട്ടുണ്ട്. മദ്യമേഖലയെ തൊഴിലെന്ന നിലയിൽ മൗലികാവകാശമാക്കാനാവില്ലെന്നും സുപ്രീം കോടതി ഉപദർശി ച്ചിട്ടുണ്ട്.

വിദേശ ടൂറിസ്റ്റുകളേയും ഐ.ടി.മേഖലയേയും നിരുത്സാഹപ്പെടു ത്തുന്നുവെന്നതാണ് മദ്യനിരോധനത്തിനെതിരെ ഉയർന്നുവന്നിട്ടുള്ള മറ്റൊരു ആക്ഷേപം. അതിന് മദ്യനിരോധനത്തിനായി എന്നും ശബ്ദ മുയർത്തിയിട്ടുള്ള ശ്രീ.വി.എം.സുധീരൻ ധീരമായ മറുപടി പറയുന്നു.

"വിദേശികൾ ഇങ്ങോട്ട് വരുന്നത് കള്ള് കുടിക്കാനല്ല. നമ്മുടെ പ്രകൃതിയും സംസ്കാരവും ആയുർവ്വേദവുമാണ് അവരെ ആകർഷിക്കു ന്നത്. നമ്മുടെ നാട്ടിലുള്ളതിനേക്കാൾ നല്ല മദ്യം അവർക്ക് അവരുടെ നാട്ടിൽ കിട്ടും. വിദേശ ടൂറിസ്റ്റുകളുടെ എണ്ണമാകട്ടെ മൊത്തം ടൂറിസ്റ്റു കളുടെ 10% പോലും വരില്ല."

വ്യാജമദ്യത്തിന്റെ ഉപഭോഗം വർദ്ധിക്കുകയും അത് കൊടിയ ദുരന്ത ങ്ങളുണ്ടാക്കുകയും ചെയ്യുന്നുവെന്നതാണ് മദ്യനിരോധനത്തിന്റെ ഏറ്റവും തിക്തമായ ഫലം. വ്യാജമദ്യത്തിന്റെ ഏജൻസികൾ നാട്ടിൽ സുലഭമാണ്. എത്ര അപകടകാരിയാണെന്നറിഞ്ഞാലും വില കുറച്ച് അത്തരം മദ്യം ലഭിക്കുമ്പോൾ ദരിദ്രരും സാധാരണക്കാരുമായ മദ്യപരുടെ കൂട്ടപ്രയാണ മാണ് അങ്ങോട്ട്. ചില കമ്പനികൾ സുഗന്ധദ്രവ്യങ്ങളെന്ന വ്യാജേന വ്യാജമദ്യം വില്ക്കുന്നുണ്ട്. ചില ഡോക്ടർമാർ പോലും ലാബുകളിൽ മാരകമായ മദ്യം നിർമ്മിക്കുന്നുണ്ട്.

കേരളത്തിൽ മുൻ ഗവൺമെന്റ് മദ്യനിരോധനം എന്ന പ്രഖ്യാപനം നടത്തിയപ്പോൾ കേരളത്തിന്റെ ഹൃദയം എത്രമേൽ പ്രത്യാശയിലേക്ക് വീണ്ടെടുക്കപ്പെടുകയുണ്ടായി. ഇവിടത്തെ 98% സ്ത്രീകളും 86% പുരുഷ ന്മാരും അതിനെ സ്വാഗതം ചെയ്തുവെന്നാണ് റിപ്പോർട്ട്. ഭൂരിപക്ഷം

രാഷ്ട്രീയ പാർട്ടികളും അവരുടെ തൊഴിലാളി സംഘടനകളും യുവജന സംഘടനകളും വിദ്യാർത്ഥിസംഘടനകളും അതിനെ അനുകൂലിച്ചു. ബാറുകൾ അടച്ചപ്പോൾ തെരുവുകളും വീഥികളും വീടുകളുമെല്ലാം ശാന്തിയിലേക്ക് വീണ്ടെടുത്തു. കുറ്റകൃത്യങ്ങൾ കുറഞ്ഞു. (90% കുറ്റകൃത്യങ്ങളും മദ്യവുമായി ബന്ധപ്പെട്ടവയാണ്) മദ്യനിരോധനത്തിന് മഹിളാപ്രണാമം അർപ്പിച്ച സ്ത്രീകളുടെ കണ്ണിന് എന്തു പ്രകാശമായിരുന്നു. വിദ്യാർത്ഥികൾ ക്ലീൻ കാംപസും സേവ്കാംപസ്സുമായി മദ്യത്തിനെതിരെ അണിനിരന്നു. മദ്യവിരുദ്ധജനകീയമുന്നണികൾ ഗാന്ധിജയന്തി ദിവസത്തിൽ മദ്യത്തിനെതിരെ ജനസാഗരമുണ്ടാക്കി. മദ്യലഹരിവിരുദ്ധ പ്രചരണപ്രവർത്തനങ്ങൾ എങ്ങും സജീവമായി.

ഈ സംരംഭങ്ങളൊക്കെ സമാഹരിച്ചാൽ ഒരു ഗവൺമെന്റിന് പൂർണ്ണമായ മദ്യനിരോധനത്തിനുള്ള കരുത്തും ഇച്ഛാശക്തിയുമാകില്ലേ? എന്തിനാണ് ഇനിയും ഒഴിവുകഴിവുകൾ? സമ്പൂർണ്ണമദ്യനിരോധനമേർപ്പെടുത്താത്തതിനെ സുപ്രീം കോടതി പോലും സർക്കാരിനെ ഒരിക്കൽ ശാസിച്ചതാണല്ലോ.

ശബ്ദാസുരന്മാരുടെ കേളീരംഗങ്ങൾ

ആരവങ്ങളില്ലാത്ത, ശാന്തി വഴിയുന്ന, ലാളിത്യത്തിന്റെ ആരാധനാലയങ്ങളിലാണ് നമ്മുടെ അന്തസ്സത്ത കൺതുറക്കുക. അപ്പോൾ നാം ആത്മാവിന് അഭിമുഖമാകുന്ന ധ്യാനനിമിഷങ്ങളുണ്ടാകുന്നു. ആ ആത്മാവസ്ഥയെയാണ് ഭക്തി എന്നു പയുന്നത്. അത് അനിർവ്വചനീയവും അവ്യാഖ്യേയവുമാണ്. അങ്ങനെയുള്ള ദൈവനിമിഷങ്ങളെ കൊണ്ടാണ് നാം നമ്മിൽ വന്നടിയുന്ന ഭൗതികമാലിന്യങ്ങളെയെല്ലാം കഴുകിക്കളയുന്നത്. വിശുദ്ധിയിലേക്കും നന്മയിലേക്കും പ്രകാശത്തിലേക്കും വീണ്ടെടുക്കപ്പെടുന്നത്. നിശ്ശബ്ദവും ശാന്തവും പ്രാചീനവുമായ ക്രൈസ്തവ ദേവാലയങ്ങളുടെ അൾത്താരയ്ക്കു മുന്നിൽ ഏകാന്തതയിൽ നില്ക്കുമ്പോൾ ആ ആത്മപ്രകാശം നമുക്ക് കിട്ടിയിട്ടുണ്ട്. കാടിന്റെ താഴ്വാരത്തിലോ വയലോരത്തോ ഉള്ള കാവുകളിലും നിശ്ശബ്ദത നമ്മെ ദൈവത്തിന്റെ സാന്നിദ്ധ്യം അറിയിക്കുമായിരുന്നു. കൽവിളക്കിലെരിയുന്ന ഒറ്റത്തിരി നാളത്തിലൂടെ.

ഇന്ന് നമ്മുടെ ആരാധനാലയങ്ങളെ ശബ്ദാസുരന്മാർ അടക്കി വാഴുന്നു. മനുഷ്യന്റെ ആഴവും ഉയരവും കുറയുമ്പോഴും അവനിലെ ആന്തരികത നഷ്ടപ്പെടുമ്പോഴാണ് അവൻ ഓട്ടപ്പാത്രങ്ങളെപ്പോലെ ഒച്ച വക്കുന്നത്. സ്വന്തം സത്തയുടെ മൂല്യം നഷ്ടപ്പെടുമ്പോഴാണ് അവൻ കാക്കപ്പൊന്നുകളുടെ കാഴ്ചപ്പണ്ടമാകുന്നത് 'ഇദം ന മമ' എന്ന സംസ്കാരം കൈവിട്ട് മതിവരായ്കയുടെ സംസ്കാരം കൈക്കൊള്ളുമ്പോഴാണ് അവൻ ലോഭാന്ധനായി ചന്തയിൽ സ്വയം വിലപേശുന്ന ഉപഭോക്താവ് മാത്രമാകുന്നത്. നമ്മുടെ സമൂഹം ഇന്ന് ഇവയുടെയൊക്കെ ആകത്തുകയാണ്. അഭയകേന്ദ്രങ്ങളായ ആരാധനാലയങ്ങളേയും അവ വിഴുങ്ങിക്കൊണ്ടിരിക്കുന്നു.

കേരളത്തിലെ ക്ഷേത്രങ്ങളുടെ കാര്യമെടുക്കൂ. അവിടത്തെ ഉത്സവങ്ങൾ ഇന്ന് പൊങ്ങച്ചക്കാഴ്ചകളുടേതാണ്. യന്ത്രക്കാഴ്ചകളുടെ വിസ്മയങ്ങൾ അവിടേക്ക് ഇരമ്പിക്കയറി ഗ്രാമത്തിന്റെ തനത് സൗന്ദര്യങ്ങളേയും

ആഹ്ലാദങ്ങളേയും വിഴുങ്ങുന്നു. ഉത്സവവേളകളിൽ അവ വിപണികളുടെ വേദികളുമാകുന്നു. വഴിപാട് പെട്ടികളിൽ നിറയുന്നത് ആത്മശാന്തിക്കുള്ള മന്ത്രങ്ങളല്ല. ഒടുങ്ങാത്ത ആർത്തികളുടെ ലിസ്റ്റുകളാണ്.

ശബ്ദത്തിന്റേതാണ് ഈ ലോകം എന്ന് നമ്മെ ഏറ്റവും ഓർമ്മപ്പെടുത്തുന്നത് വെടിക്കെട്ടുകളാണ്. അവയിൽ നിന്നുള്ള പുകയും വിഷവും ഭൂമിയേയും ആകാശത്തേയും മലീമസമാക്കിയാലും നമുക്കവ വലിയ ഹരമാണ്. വെടിക്കെട്ടിന്റെ മികവിലാണ് ക്ഷേത്രത്തിന്റെ മേന്മ വിലയിരുത്തപ്പെടുക. വെടിക്കെട്ടിൽ പതിയിരിക്കുന്ന അപകടങ്ങളുടേയും ദുരന്തങ്ങളുടേയും കണക്കുകൾ ഓരോ വർഷവും പേടിപ്പെടുത്തുന്ന മുന്നറിയിപ്പുകൾ തന്നുകൊണ്ടിരിക്കുന്നു. എങ്കിലും അടുത്ത വർഷം വെടിക്കെട്ട് കൂടുതൽ കേമമാക്കാൻ മന്ത്രിമാരും ഭരണകൂടവും പോലും ആവേശപൂർവ്വം ഇടപെടുന്നു. വെടിമരുന്നുശാലകൾ, അവ കൈകാര്യം ചെയ്യുന്ന ആളുകൾ, പ്രയോഗിക്കപ്പെടുന്ന ക്ഷേത്രാങ്കണങ്ങൾ എന്നിവയെല്ലാം അപകടത്തിൽ മരിച്ചവരുടേയും മുറിവേറ്റവരുടേയും അംഗഭംഗം സംഭവിച്ചവരുടേയും രക്തംകൊണ്ട് കുതിർന്നാലും നമ്മുടെ ഭ്രാന്തിന് ശമനമില്ല. ഉത്സവമെന്നാൽ രക്തച്ചൊരിച്ചിൽ എന്നൊരു സമവാക്യം തന്നെ രൂപപ്പെട്ടിരിക്കുന്നു. അമ്പതുകൾ മുതല്ക്കേ ഈ രക്തരുചി നാം അറിയുകയാണ്. 1952 ൽ ശബരിമലയിൽ വെടിമരുന്ന് ശാലയ്ക്ക് തീപ്പിടിച്ച് 66 അയ്യപ്പന്മാർ മരിച്ചു. കൊല്ലത്തെ ദുര്യോധനക്ഷേത്രത്തിൽ ഉത്സവവെടിക്കെട്ടിന് ഒട്ടേറെ പേർ മരിക്കുകയും പലർക്കും പരിക്കേല്ക്കുകയും ചെയ്തതോടെ അവിടെ വെടിമരുന്ന് പ്രയോഗം എന്നന്നേയ്ക്കുമായി അവസാനിപ്പിച്ചു. നമ്മുടെ മറ്റു ക്ഷേത്രങ്ങളും ആ മാതൃക പിന്തുടർന്നെങ്കിൽ!

വെടിക്കെട്ട് എന്ന ശബ്ദസംസ്കാരം ഇപ്പോൾ ആരാധനാലയങ്ങളിൽ മാത്രമല്ല വിദ്യാലയങ്ങൾ, വിവാഹവേദികൾ, വീട്ടിലെ ചടങ്ങുകൾ പൊതുവേദികൾ തുടങ്ങിയവയിലേക്കും സംക്രമിച്ചിരിക്കുകയാണ്. തിരഞ്ഞെടുപ്പിലെ വിജയം ആഘോഷിക്കുന്നത് വെടിക്കെട്ടിലൂടെയാകുമ്പോഴേ രാഷ്ട്രീയക്കാർക്ക് മതി വരുന്നുള്ളൂ. അരുവിക്കരയിലെ സെന്റ് ജോർജ് പള്ളിയിൽ ആഘോഷവേളയിലുണ്ടായ വെടിക്കെട്ട് ഒരു കുട്ടിയുടെ മരണത്തിനിടയാക്കി. 9 പേർക്ക് പരിക്കേല്ക്കുകയും ചെയ്തു.

അടങ്ങാത്ത ആനക്കമ്പവും ഉത്സവങ്ങളിൽ അരങ്ങേറുന്ന ദുരന്തങ്ങളുടെ മറ്റൊരു കാരണമാണ്. 1998 –2010 വരെയുള്ള കണക്കിൽ ആനകൾ 212 പേരെ കൊന്നുവെന്നാണ്. കൊല്ലപ്പെട്ടവരിൽ അധികവും പാപ്പാന്മാരാണ്. പണ്ട് പാപ്പാന്മാർക്ക് ആനകളുടെ മനഃശാസ്ത്രവും സ്വഭാവഗതിയുമെല്ലാമറിയാമായിരുന്നു. ഇപ്പോഴധികവും തൊഴിൽരഹിതരായ ചെറുപ്പക്കാർ ഗതികെട്ട് ഉപജീവനത്തിന് വേണ്ടിയാണ് ജീവൻ പണയം വെച്ച് ഈ ജോലിക്ക് വരുന്നത്. അവരുടെ ചോറ് പലപ്പോഴും കൊലച്ചോറാണ്. പാപ്പാന്മാരുടെ മർദ്ദനമേറ്റും അശ്രദ്ധകൊണ്ടും ആനകളും

മരണത്തിനിരയാകാറുണ്ട്. മനുഷ്യനെ സന്തോഷിപ്പിക്കാൻ ആ പാവം ജീവികൾ ഉത്സവങ്ങളിൽ നെറ്റിപ്പട്ടവും വെഞ്ചാമരവും ആലവട്ടവും പഞ്ചാരിമേളവുമൊക്കെയായി പൊള്ളുന്ന ചൂടിലും കാതടപ്പിക്കുന്ന ശബ്ദ കോലാഹലങ്ങളിലും ആഹാരമോ വിശ്രമമോ ഇല്ലാതെ 10–12 മണിക്കൂർ ഒരേനിലയിൽ നില്പാണ്. നമ്മുടെ മത്സരകേളികളിൽ അവർ ഇര യാകുന്നു. തല ഏറ്റവും ഉയർത്തിപ്പിടിക്കാൻ പാപ്പാന്മാരുടെ താഡന ങ്ങളുമേല്ക്കുന്നു. സഹിക്കവയ്യാതെയാണ് മദംപൊട്ടി അവർ കൊലയാളി കളാകുന്നത്.

ആരാധനാലയങ്ങളിൽ അരങ്ങേറുന്ന ആഡംബരങ്ങളും ധൂർത്തും നമ്മുടെ മനഃസാക്ഷിക്ക് അക്ഷന്തവ്യമാണ്. കഴിഞ്ഞ 5 വർഷങ്ങളിൽ ആരാധനാലയങ്ങൾ ആഘോഷങ്ങൾക്കായി 180 കോടി ചെലവഴിച്ചു വെന്നത് മനഃസാക്ഷിക്കുത്തോടെ മാത്രമേ നമുക്ക് ഉൾക്കൊള്ളാനാകൂ. ഓരോ ദിവസവും യാതനകളോടും ദാരിദ്ര്യത്തോടും മല്ലിടുന്നവരുടെ ഭൂരി പക്ഷമുള്ള ഒരു സമൂഹമാണ് നമ്മുടെയെന്നോർക്കണം. ഏത് ദേവനാണ് ഇത്തരം ധൂർത്തിൽ സംപ്രീതനാവുക? ഈശ്വരനെന്നാൽ നന്മയും സ്നേഹവും കാരുണ്യവും മാത്രമല്ല ലാളിത്യവുമാണ്. മിക്ക ക്ഷേത്ര ത്തിനും മോശമല്ലാത്ത ഭണ്ഡാരങ്ങളും ആസ്തികളുമുണ്ട്. അവയെല്ലാം സമൂഹത്തിലെ മാനവികവും സാംസ്കാരികവും ജീവകാരുണ്യപരവു മായ കാര്യങ്ങൾക്ക് പ്രയോജനപ്പെടുത്തണം. ജീവിത ദുരിതങ്ങളുടെ കാണാക്കയങ്ങളിൽ വീണുപോയവരെത്രയോ ഉണ്ട്. ഒരു വിരൽത്തുമ്പ് നീട്ടി കൊടുത്താൽ അതിൽ പിടിച്ച് കയറിവരാൻ വ്യഗ്രത കൊള്ളുന്നവർ. “അടുത്ത് നില്ക്കുന്ന അനുജനെ കാണാൻ കഴിയാത്തവർക്ക് ഈശ്വരൻ അരൂപിയാണ്” എന്ന കവിവചനം കേൾക്കുക. ഈശ്വരനെ കഷ്ടപ്പെ ടുന്നവനിലൂടെ കാണുക. അങ്ങനെ ആരാധനാലയങ്ങൾ മാനവികത യുടെ കൂടി ക്ഷേത്രങ്ങളാകട്ടെ. അമനകര ശ്രീഭരതസ്വാമി ക്ഷേത്രം ഭവനകുടീരം എന്ന ഭവന പദ്ധതി, അമൃതതീർത്ഥം എന്ന ചികിത്സാ പദ്ധതി, കാമധേനു പദ്ധതി എന്ന പശുദാന പദ്ധതി എന്നിവയിലൂടെ ദരിദ്രരെ സഹായിക്കുന്നുണ്ട്. എല്ലാ ക്ഷേത്രങ്ങളും ആ മാതൃക പിന്തുടരട്ടെ.

അതോടൊപ്പം ശബ്ദമലിനീകരണത്തേയും പ്രതിരോധിക്കണം. നിശ്ശബ്ദത പൗരന്റെ മൗലികാവകാശമാണ് എന്ന് പ്രഖ്യാപിക്കാൻ ക്ഷേത്രങ്ങൾ മുന്നോട്ട് വരണം. ഉച്ചഭാഷിണികൾ ഉളവാക്കുന്ന ഘോര മായ ദ്രോഹത്തിൽ നിന്ന് സമീപവാസികളെ മോചിപ്പിക്കണം. മൗനം വ്രതമാക്കിയ മുനികളുടെ നാടാണ് ഭാരതം.

എഴുത്തച്ഛന്റെ കാവ്യലോകം

മലയാളഭാഷയുടെ പിതാവ് എന്നാണ് എഴുത്തച്ഛൻ അറിയപ്പെടുന്നത്. അദ്ദേഹത്തിന്റെ നാമം, ജീവചരിത്രം എന്നിവയെക്കുറിച്ച് നിഷ്കൃഷ്ടമായ തെളിവുകളില്ല. പതിനാറാം നൂറ്റാണ്ടിൽ ജീവിച്ചിരുന്നുവെന്ന് വിശ്വസിക്കപ്പെടുന്നു. പൊന്നാനി താലൂക്കിലെ തിരൂരിനടുത്തുള്ള തുഞ്ചൻ പറമ്പാണ് അദ്ദേഹത്തിന്റെ ജന്മസ്ഥലം.

എഴുത്തച്ഛന് മുമ്പ് മലയാളഭാഷയ്ക്ക് ഒരു ഏകമുഖമില്ലായിരുന്നു. മലയാളം എന്ന നാമം തന്നെ ഇല്ലായിരുന്നു. തമിഴിന്റെ ആഭിമുഖ്യത്തിലുള്ള പാട്ടുപ്രസ്ഥാനവും സംസ്കൃതത്തിന്റെ ആഭിമുഖ്യത്തിലുള്ള മണിപ്രവാളപ്രസ്ഥാനവും. ഈ രണ്ടിന്റേയും മേധാവിത്വത്തെ തിരസ്കരിക്കുന്ന ശുദ്ധമലയാളപ്രസ്ഥാനവുമായി ഭാഷ പല കൈവഴികളിലൂടെ ഒഴുകുകയായിരുന്നു. എഴുത്തച്ഛൻ ആ പ്രസ്ഥാനങ്ങളെയെല്ലാം ഏകോപിപ്പിക്കുന്ന ദൗത്യം ഏറ്റെടുത്തു. അങ്ങനെയാണ് മലയാളഭാഷയ്ക്ക് തനതായ വ്യക്തിത്വവും അന്തസ്സും കൈവന്നത്. എഴുത്തച്ഛൻ ഭാഷയുടെ പിതാവാകുന്നത് ഈ ദുഷ്കരകൃത്യം വിജയകരമായി നിർവ്വഹിച്ചതുകൊണ്ടാണ്.

എഴുത്തച്ഛൻ പരിപോഷിപ്പിച്ച കിളിപ്പാട്ടുപ്രസ്ഥാനവും അതിലേക്ക് സംഭാവന ചെയ്ത സ്വന്തം രചനകളും മലയാളത്തെ ഇന്ത്യയിലെ മറ്റു ഭാഷാസാഹിത്യങ്ങളുടെ ഔന്നത്യത്തിലെത്തിച്ചു. വിദേശ ഭരണാധിപത്യത്തിൻ കീഴിൽ ആത്മബോധം നഷ്ടപ്പെട്ട് ജന്തുസമാനമായ അടിമജീവിതം നയിച്ചിരുന്ന ഒരു ജനതയെ കർമ്മത്തിലേക്കും സ്വത്വാഭിമാനങ്ങളിലേക്കും മൂല്യസംസ്കാരങ്ങളിലേക്കും ഉയർത്താൻ അദ്ദേഹത്തിന്റെ കവിതകൾ പ്രയത്നിച്ചു. അങ്ങനെ കവിതയുടെ സാമൂഹിക പ്രതിബദ്ധത ആ രചനകൾ പൂർണ്ണമായും നിർവ്വഹിച്ചു. ഭാരതമാകമാനം അലയടിച്ചുയർന്ന ഭക്തിപ്രസ്ഥാനം അദ്ദേഹത്തിന് പ്രചോദനമായി.

അദ്ധ്യാത്മരാമായണം കിളിപ്പാട്ട്, ഹരിനാമകീർത്തനം, ഭാരതം കിളിപ്പാട്ട് തുടങ്ങിയവയാണ് അദ്ദേഹത്തിന്റേതായി അവിതർക്കിതമായി അംഗീകരിക്കപ്പെട്ടിട്ടുള്ളവ. ഭാഗവതം കിളിപ്പാട്ട്, ചിന്താരത്നം, ബ്രഹ്മാണ്ഡ

പുരാണം, ദേവീമാഹാത്മ്യം, ഉത്തരരാമായണം, ശതമുഖരാമായണം, കൈവല്യനവനീതം തുടങ്ങിയ കൃതികളുടെ കർതൃത്വവും അദ്ദേഹത്തിൽ ഊഹിക്കപ്പെടുന്നുണ്ട്.

തമിഴിലെ സംഘംകൃതികളിലും സംസ്കൃതകാവ്യങ്ങളിലും കിളിയെ കൊണ്ട് പാട്ടുപാടിക്കുന്ന രീതിയുണ്ടായിരുന്നു. മലയാളത്തിൽ അതിനെ ഒരു പ്രസ്ഥാനമാക്കി പോഷിപ്പിച്ചത് എഴുത്തച്ഛനാണ്. കഥപറയാൻ കിളിയെ ക്ഷണിക്കുക, കിളി കവിയുടെ അഭിലാഷമനുസരിച്ച് കഥപറഞ്ഞ് കേൾപ്പിക്കുക തുടങ്ങിയവയാണ് കിളിപ്പാട്ടിന്റെ രീതി. കിളിപ്പാട്ട് പ്രസ്ഥാനം പല പുതിയ വൃത്തങ്ങളും ഭാഷക്ക് സമ്മാനിച്ചു. പാട്ടിന്റെ ദ്രാവിഡത്തനിമയിലേക്ക് സംസ്കൃതവൃത്തങ്ങളേയും മാത്രാവൃത്ത ങ്ങളേയും സംക്രമിപ്പിച്ചുകൊണ്ടായിരുന്നു, ആ വൃത്തനിർമ്മിതി. കേക, കാകളി, കളകാഞ്ചി, അന്നനട തുടങ്ങിയവയാണ് പ്രമുഖമായ കിളിപ്പാട്ടു വൃത്തങ്ങൾ.

കിളിപ്പാട്ടെന്ന ഗാനരീതിയെക്കുറിച്ച് പണ്ഡിതന്മാർ അനേകം അഭി പ്രായങ്ങൾ രേഖപ്പെടുത്തിയിട്ടുണ്ട്. തമിഴിൽ പൈങ്കിളിക്കണ്ണി എന്ന പ്രസിദ്ധമായ ഒരു വൃത്തമുള്ളതിനെ അനുകരിച്ചാകാം കിളിപ്പാട്ടെന്ന പേര് കൊടുത്തത് എന്നാണ് ഒരു അഭിപ്രായം. കവി നേരെ അനുവാചകരെ അഭിമുഖീകരിക്കാതെ ആത്മാംശത്തെ മറച്ചുവെക്കാനായിരിക്കാം കിളിയെ ക്കൊണ്ട് പാടിച്ചിരുന്നതെന്നും, ആ രീതി പ്രാചീനകാലഘട്ടം മുതല്ക്കേ ഉണ്ടായിരുന്നുവെന്നുമാണ് മറ്റൊരഭിപ്രായം. ഋഷിപ്രോക്തമായ ഇതി ഹാസത്തെ സ്വയം ആഖ്യാനം ചെയ്യുന്നുവെന്നുള്ള ഔദ്ധത്യത്തെ മറി കടക്കാനാകാം കിളിയെകൊണ്ട് പാടിച്ചത്. കിളി കവിയുടെ അന്തഃകരണ ത്തിന്റെ പ്രതീകവുമാകാം. വാഗ്ദേവതയുടെ കൈയിലുള്ള കിളിയുമാകാം എഴുത്തച്ഛന്റെ പഞ്ചവർണ്ണക്കിളി. പക്ഷിരൂപനായ ശുകമഹർഷിയുടെ പ്രതീകവുമാകാമത്. കുയിൽപ്പാട്ട്, ഹംസപ്പാട്ട് തുടങ്ങിയ നാടൻ പാട്ടു കളുടെ പരിഷ്കൃതരൂപവുമാകാം കിളിപ്പാട്ട്.

ഭക്തിയിലൂടെ കർമ്മസിദ്ധാന്തമാണ് എഴുത്തച്ഛൻ കവിതയിൽ അവ തരിപ്പിച്ചത്. ഭാരതമാകമാനം അന്ന് ഭക്തിപ്രസ്ഥാനം അലയടിക്കുകയാ യിരുന്നു. ഉത്തരഭാരതത്തിൽ അതിന് നേതൃത്വം കൊടുത്തത് തുളസീ ദാസനും തമിഴിൽ കമ്പരും മലയാളത്തിൽ എഴുത്തച്ഛനുമായിരുന്നു. എഴു ത്തച്ഛന്റെ മഹാകൃതികളിൽ നായകന്മാരായി ആവിഷ്കരിക്കപ്പെട്ടത് അവ താരപുരുഷന്മാരായതിന് കാരണമതാകാം. പല ജീർണ്ണതകളും അര ങ്ങേറിക്കൊണ്ടിരുന്ന ഹിന്ദുമതത്തെ നവീകരിക്കുക എന്നതായിരുന്നു കൃതികളുടെ പരമലക്ഷ്യം. അമിതമായ സുഖഭോഗങ്ങളിൽ മുഴുകി അന്ധജീവിതം നയിക്കുന്നവരിൽ എഴുത്തച്ഛന്റെ തത്ത്വദർശനങ്ങൾ എരിഞ്ഞുകത്തി. ജീവിതം വഴിയമ്പലത്തിലെ വിശ്രമമാണെന്നും ബന്ധ ങ്ങൾ അവയിലെ മുഖപരിചയം മാത്രമാണെന്നും താമരയിലയിലെ വെള്ള

ത്തുള്ളികൾ പോലെ അവ നിർല്ലോപമായിരിക്കണമെന്നും എഴുത്തച്ഛൻ ഉപദേശിച്ചു.

"ചക്ഷുഃശ്രവണഗളസ്ഥമാം ദർദ്ദുരം

ഭക്ഷണത്തിന്നപേക്ഷിക്കുന്നതുപോലെ" യാണ്.

മരണത്തിനു മുന്നിലുള്ള ജീവിതത്തിന്റെ അരക്ഷിതത്വം. സുഖങ്ങളും ബന്ധങ്ങളും ജീവിതത്തിലെ മറ്റ് അവസ്ഥാവിശേഷങ്ങളും ക്ഷണ പ്രഭാചഞ്ചലങ്ങൾ മാത്രം.

ജീവിതദർശനം പോലെ അഗാധവും ഉൾക്കാഴ്ചയുള്ളതുമാണ് എഴുത്തച്ഛന്റെ കാവ്യകല്പനകൾ. എഴുത്തച്ഛന്റെ അദ്ധ്യാത്മരാമായണവും ഭാരതവും വെറും തർജ്ജമകളല്ല. ജീവിതത്തെക്കുറിച്ചുള്ള ഉൾക്കാഴ്ച കൊണ്ടും ആസ്തിക്യബോധം കൊണ്ടും കാവ്യകല്പനകൾ കൊണ്ടും അവ സ്വതന്ത്രകൃതികൾ എന്ന പദവിയെ പ്രാപിച്ചിരിക്കുന്നത് കാണാം. ഭക്തിയും കവിത്വവും തമ്മിൽ അലിഞ്ഞുചേർന്നുള്ള ഹൃദയരസായനമാണത്. മഹാകവി ഉള്ളൂർ ഇങ്ങനെ വിലയിരുത്തുന്നു.:

"മൂലത്തിലെ ഗുണോത്തരങ്ങളായ ഭാഗങ്ങൾ പ്രായേണ വിട്ടുകളയാതേയും ശുഷ്കങ്ങളായ അംശങ്ങൾ ഉപേക്ഷിച്ചും സങ്കോചമോ വികാസമോ ആവശ്യമെന്ന് തോന്നുന്ന ഘട്ടങ്ങളിൽ ആ കൃത്യം യഥായോഗ്യം അനുഷ്ഠിച്ചും ഭക്തി സംവൃദ്ധത്തിന് എവിടേയും വ്യാഘാതരഹിതമായ മാർഗ്ഗം ഉദ്ഘാടനം ചെയ്തും വീരകരുണരസങ്ങളിൽ സന്ദർഭമനുസരിച്ച് നിപുണമായി ശ്രദ്ധിച്ച് ശൃംഗാരഹാസ്യരസങ്ങൾക്ക് ഗംഭീരനായ ഒരു തത്ത്വോപദേശകന്റെ പീഠത്തിൽ ഉപവിഷ്ടനായി വ്യംഗ്യമര്യാദയിൽ മാത്രം വ്യാപാരം ചെയ്തും സ്വതന്ത്രകാവ്യമാണ് ആ മഹാത്മാവ് രചിച്ചിരിക്കുന്നത്."

വിദ്വേഷമല്ല സൗഹാർദ്ദമാണ് മതം

ഈശ്വരീയതയും അതിന്റെ വിസർജ്യമായ വർഗ്ഗീയത പൈശാചികതയുമാണ് മതം. ആത്മാവിന്റെ ശാന്തിയെ അനുശാസിക്കുമ്പോൾ വർഗ്ഗീയത സ്പർദ്ധയും പകയും വിദ്വേഷവും വമിപ്പിക്കുന്നു. മതം വർഗ്ഗീയതയായി തെറ്റിദ്ധരിക്കപ്പെട്ടതിന്റേയും അത് വർഗ്ഗീയതയിലേക്ക് അധഃപതിച്ചതിന്റേയും ആഗോള ദുരന്തങ്ങളാണ് പുതിയ മനുഷ്യന്റെ അകം ജീവിതവും പുറംജീവിതവും പേറുന്നത്. പരസ്പരവിദ്വേഷമായും പകയായും പ്രതികാരമായും മൃഗീയതയായും പൈശാചികതയായും പ്രാദേശികതലം തൊട്ട് അന്തർദ്ദേശീയതലം വരെ അത് സംഹാരതാണ്ഡവമാടുന്നു. ലോകമഹായുദ്ധങ്ങളെ പെറ്റുകൂട്ടാനൊരുങ്ങുന്നു.

വർഗ്ഗീയതയിൽ നിന്ന് മതത്തെ മോചിപ്പിക്കുകയും മതത്തിന്റെ യഥാർത്ഥ സാരങ്ങളിലേക്ക് മാനവരാശിയെ ഉന്മുഖമാക്കുകയും ചെയ്യുമ്പോഴേ മനുഷ്യന്റെ ഉള്ളിലും പുറത്തുമുള്ള വിനാശാഗ്നി ശമിക്കുകയുള്ളൂ. ലോകത്തെ ഗ്രസിച്ചിരിക്കുന്ന ഹിംസ എന്ന കുടംരോഗത്തിന് ഏക പ്രത്യൗഷധവും അതാണ്. അതിനുവേണ്ടി മഹാത്മാക്കൾ സമർപ്പിത മനസ്കരായി മുന്നോട്ട് വരണം.

ലോകത്തിലാകമാനം 4200 ഓളം മതങ്ങളുണ്ടെന്നാണ് അറിയപ്പെടുന്നത്. 2012-ലെ ആഗോളഗവേഷണത്തിൽ 59% ലോകജനത മതവിശ്വാസികളാണ്. 23% മതവിശ്വാസത്തിൽ നിന്നകന്ന് ജീവിക്കുന്നു. മതവിശ്വാസികളല്ലെങ്കിലും ഏതൊക്കെയോ സദാചാരനിഷ്ഠകളിലും വിശ്വാസങ്ങളിലുമർപ്പിച്ച് ജീവിക്കുന്നവർ 13% വരും.

മതത്തെക്കുറിച്ചുള്ള നിർവ്വചനങ്ങളിലേക്ക് കടക്കുമ്പോഴാണ് അതിന്റെ സങ്കീർണ്ണതകളും സാധ്യതകളും അറിയുക. അതിനെ സ്ഥിരപ്രതിഷ്ഠിതമായ വിശ്വാസങ്ങളുടെ സഞ്ചയം എന്ന് ലഘുവായി നിർവ്വചിക്കാം. അതിൽ സംസ്കാരത്തിന്റെ നിഷ്ഠകളും വീക്ഷണങ്ങളും ഇടകലരുന്നു. മാനവികതയിലും മാനവികമായ മൂല്യങ്ങളിലുമാണ് അത്

ഊന്നിനില്ക്കേണ്ടത്. ജീവിതത്തിനുള്ള പ്രചോദനവും അർത്ഥമൂല്യങ്ങളുമാണ് അത് പ്രധാനം ചെയ്യേണ്ടത്. മനുഷ്യരാശിയോട് സ്നേഹവും കാരുണ്യവും സാഹോദര്യവും സമത്വവും അത് പ്രഖ്യാപിക്കണം. അതിലുപരി പ്രപഞ്ചത്തോടും അതിലെ ജീവജാലങ്ങളോടുമുള്ള സൗഹാർദ്ദവും അത് നിർവ്വഹിക്കണം.

ഈ വക ലക്ഷ്യങ്ങളേയും ആദർശങ്ങളേയും സ്ഥാപിക്കാൻ എല്ലാ മതങ്ങളും അവയുടെ കേന്ദ്രസത്തയിൽ ഒരു ദൈവത്തെയോ പ്രവാചകനേയോ ഗുരുവിനേയോ പ്രതിഷ്ഠിക്കുന്നു. അവരെല്ലാം ആത്മാവിന്റെ ശാന്തികേന്ദ്രങ്ങളും ഭൗതികജീവിതത്തിലെ ക്ലേശങ്ങളിൽ നിന്ന് കരകയറാനുള്ള വിശ്വാസപ്രമാണങ്ങളുമാണ്. ഒരു മതവും അതിനെ പ്രതിനിധീകരിക്കുന്ന ഒരു ദൈവവും ഹിംസയോ തിന്മയോ അശാന്തിയോ പ്രസ്താവിക്കുന്നില്ല. ബാഹ്യാവരണം മാറ്റിവെച്ചാൽ എല്ലാ മതങ്ങളും ദൈവങ്ങളും ആന്തരികസത്തയിൽ ഒന്നുതന്നെ.

മതത്തേയും ദൈവത്തേയും ജനഹൃദയങ്ങളിൽ മഹത്തായ ആശയങ്ങളായി ഊട്ടിയുറപ്പിക്കാനാണ് അവയോട് ബന്ധപ്പെട്ട് കഥകളും ഉപകഥകളും കഥാപാത്രങ്ങളുമെല്ലാമടങ്ങുന്ന പുരാവൃത്തങ്ങളുണ്ടാക്കുന്നത്. അവയോടൊപ്പം വിശ്വാസങ്ങളും ആചാരങ്ങളും അനുഷ്ഠാനങ്ങളുമുണ്ടാകുന്നു. അവയെല്ലാം പലപ്പോഴും പ്രതീകാത്മകവും ഗൂഢാത്മകവുമാകാം. എങ്കിലും നമ്മെ നന്മയിലേക്കും ശുദ്ധിയിലേക്കും നിഷ്ഠകളിലേക്കും നയിക്കുവാൻ പര്യാപ്തമാക്കുന്നു. മനുഷ്യൻ ഭൗതീകജീവിതത്തിന് സമാന്തരമായി ഒരു ആത്മീയജീവിതം നയിച്ചതിന്റെ നിദർശനങ്ങളാണവ. അതിലുപരി മൃഗീയതയിൽ നിന്ന് മാനവികതയിലേക്കും ദൈവീകതയിലേയ്ക്കുമുയർന്നതിന്റെ സാക്ഷ്യങ്ങളും.

എന്നാൽ, ഇരുണ്ട ചരിത്രഘട്ടങ്ങളിൽ വെച്ച് മതത്തിന്റേയും ദൈവത്തിന്റേയും മൂല്യങ്ങൾ നാം കൈവിട്ടു. ആ ദുരന്തം പ്രാചീന കാലഘട്ടത്തിൽ തന്നെ ആരംഭിക്കുന്നുണ്ട്. പ്രപഞ്ചത്തിനും ലോകത്തിനും മാത്രമല്ല, നമ്മുടെ ചിന്തകൾക്കും സ്വപ്നങ്ങൾക്കും നാം അതിരുകൾ നിർണ്ണയിച്ച് സങ്കുചിത മനസ്കരായി. മതത്തിലൂടേയും ദൈവത്തിലൂടെയുള്ള ആത്മാന്വേഷണം ലൗകിക ജീവിതത്തിന്റെ സ്വാർത്ഥനേട്ടങ്ങൾക്കുള്ള നെട്ടോട്ടമായി. ദൈവവും മതവും പ്രചാരണത്തിനും വില്പനയ്ക്കുമുള്ള ചരക്കുകളായി. അവിടേയും നിന്നില്ല അധഃപതനം. ഒരു ജനത മറ്റൊരു ജനതയെ ആക്രമിക്കാനുള്ള ഹിംസയുടെ ആയുധങ്ങളാക്കി മതത്തേയും ദൈവത്തേയും. ഓരോ മതത്തിനും പരിവേഷമുണ്ടായിരുന്ന ആചാരങ്ങളും അനുഷ്ഠാനങ്ങളുമാകട്ടെ, അവയുടെ യഥാർത്ഥ സത്ത ചോർത്തിക്കളഞ്ഞുള്ള കെട്ടുകാഴ്ചകളായി. ദൈവമെന്ന പേരിൽ അവതരിക്കപ്പെട്ട ആ കെട്ട്കാഴ്ചകളുടെ മൂർത്തികൾ ഹിംസയിലേക്കും ക്രൂരതയിലേക്കുമാണ് മിഴി തുറന്നത്. ജന്തു ബലിയും നരബലിയും

സതിയനുഷ്ഠാനമെല്ലാം അരങ്ങേറിയത് അങ്ങനെയാണ്. ചില കുത്തകാധികാരികൾ അവയെ അലംഘ്യമായ നിയമങ്ങളായി സമൂഹത്തിൽ അടിച്ചേല്പ്പിച്ചു.

മതങ്ങളിൽ നിന്നും ദൈവത്തിൽ നിന്നും സ്നേഹവും നന്മയും കുടിയിറങ്ങിയപ്പോഴാണ് ലോകമഹായുദ്ധങ്ങൾ ഉണ്ടായത്. സ്നേഹസ്വരൂപനായ ക്രിസ്തുദേവന്റെ ആത്മാവ് അടയിരിക്കേണ്ട ക്രിസ്തുമതത്തിന് – അന്നത്തെ ഏറ്റവും വിപുലമായ മതം – യുദ്ധമെന്ന അതിഭീകരതയെ തടയാൻ കഴിയാതിരുന്നത് അതുകൊണ്ടാണ്. പിന്നീട് ചരിത്രത്തിലുണ്ടായ എല്ലാ യുദ്ധങ്ങളുടേയും കലാപങ്ങളുടേയും അടിത്തറ മതങ്ങളുടേയും ദൈവങ്ങളുടേയും ഈ ഹിംസവൽക്കരണമാണെന്ന് കാണാം. പാക്കിസ്ഥാനിൽ ഒരു സൂഫിഅവധൂതൻ 'ഞാൻ ദൈവത്തെ കണ്ടു' എന്നു പറഞ്ഞപ്പോൾ അത് മതനിഷേധമെന്ന് വ്യാഖ്യാനിക്കപ്പെട്ട് അദ്ദേഹം ക്രൂശിക്കപ്പെട്ടു. എത്രയെത്ര ശാസ്ത്രജ്ഞർ, കലാകാരന്മാർ, എഴുത്തുകാർ, പ്രവാചകന്മാർ, വിപ്ലവകാരികൾ, മതനിഷേധത്തിന്റെ പേരിൽ കൊല ചെയ്യപ്പെട്ടു. മനുഷ്യന്റെ സ്വാതന്ത്ര്യം എന്ന ജീവവായു തന്നെ മതത്തിന്റെ പേരിൽ നിരോധിക്കപ്പെട്ടു. ഒട്ടുമിക്ക അറബ്‌രാജ്യങ്ങളിലും മതംമാറ്റം ഭരണഘടനാവിരുദ്ധവും വധശിക്ഷാർഹവുമാണ്. ഇന്ത്യയെപ്പോലുള്ള ജനാധിപത്യരാജ്യങ്ങളിലും അത് നടപ്പാക്കാൻ തുനിയുന്ന മതാന്ധരായ രാഷ്ട്രീയക്കാരുണ്ട്. തമിഴ്നാട്ടിലെ ധർമ്മപുരിയിൽ 300 ഓളം ദളിത്കുടിലുകൾ കത്തിച്ചത് കമിതാക്കൾ ജാതിമാറി വിവാഹം കഴിച്ചതിന്റെ പേരിലാണ്. മതത്തിന്റെ പേരിൽ പാക്കിസ്ഥാനിലും, ഇറാക്കിലും, ലബനലിലും സുന്നി-ശികാ സംഘട്ടനങ്ങൾ നിരന്തരം നടക്കുന്നു. ഇറാനും ഇറാക്കും തമ്മിൽ ഒരേ മതത്തിന്റെ പേരിൽ യുദ്ധമുണ്ടായി. വാസ്തവത്തിൽ, മതത്തിന്റെ പേരിൽ നടക്കുന്ന ഈ അതിക്രമങ്ങളത്രയും മതത്തിനെതിരാണെന്ന് വിദ്വേഷാന്ധമായ കണ്ണുകൾ കാണുന്നില്ല.

മതത്തിന്റെ അധഃപതനം ഇന്ത്യനവസ്ഥകളിലും കേരളീയമാനങ്ങളിലും ഹിംസയുടേയും രക്തച്ചൊരിയലിന്റേയും ഭീകരമുഖമാണ് അനാവൃതമാക്കുന്നത്. ഇവിടത്തെ ദ്രാവിഡജനതയ്ക്ക് പ്രത്യേകിച്ചൊരു മതമോ അതിന്റെ പരതന്ത്രതകളോ ഉണ്ടായിരുന്നില്ല. പിന്നീട് ശക്തരായ ആര്യന്മാരാണ് ചാതുർവ്വർണ്യവ്യവസ്ഥിതിയെന്ന വിഭാഗീയത ക്രൂരമായി അടിച്ചേല്പ്പിച്ചത്. ആ വ്യവസ്ഥിതിയിൽ സ്ത്രീയേയും ശൂദ്രനേയും അടിമകളാക്കി സ്വന്തം ഭാഷയും മനുഷ്യാവകാശങ്ങളും നിഷേധിച്ചു. അപ്പോഴും കേരളം 'പറയിപെറ്റ പന്തിരുകുലം' എന്ന മിത്തു കൊണ്ട് അതിനെ അതിജീവിക്കാനുള്ള പ്രബുദ്ധത കാണിച്ചു. എന്നാൽ ചരിത്രത്തിന്റെ ഏതോ ഇരുണ്ട ദശാസന്ധിയിൽ വെച്ച് കേരളീയർക്ക് ആ വിവേകവും പ്രബുദ്ധതയും നഷ്ടപ്പെടുകയും കേരളം ജാതീയതയുടെ കോമരത്തിന് അലറി

ത്തുള്ളാനുള്ള വേദിയാകുകയും ചെയ്തു. വിവേകാനന്ദ സ്വാമികളെപ്പോലുള്ള ഒരു മഹാനുഭാവനെക്കൊണ്ട് "ഭ്രാന്താലയം' എന്നു വിളിപ്പിച്ച അപമാനം നാമിന്നും പേറുന്നു. മൂവ്വായിരത്തിലധികം ജാതികൾ ഇന്ന് കേരളത്തിലുണ്ട്. അവയത്രയും അസമത്വം, അയിത്തം, തീണ്ടൽ തുടങ്ങിയ ദുരാചാരങ്ങളെക്കൊണ്ട് ദുർഗ്ഗന്ധം വമിപ്പിച്ചിരുന്നു. ഹിന്ദുമതത്തിന്റെ ഏറ്റവും ഹീനസന്തതിയാണ് ഈ ജാതി വ്യവസ്ഥ. 'ചാതുർവ്വർണ്യം മയാസൃഷ്ടം' എന്ന് സ്നേഹ സ്വരൂപനായ ഒരു ഭഗവാനെക്കൊണ്ട് പറയിച്ച കുത്സിത ബുദ്ധികൾ കേരളത്തിൽ മറ്റൊരു തരത്തിൽ നരകം സൃഷ്ടിക്കുകയായിരുന്നു. ശ്രീനാരായണഗുരു, കുമാരനാശാൻ, ചട്ടമ്പിസ്വാമികൾ തുടങ്ങിയ മഹാനുഭാവന്മാരുടെ ആഗമനം വരെ നമുക്ക് കാത്തിരിക്കേണ്ടിവന്നു ആ നരകത്തിൽ നിന്നും മോചനം നേടാൻ.

ദൈവത്തിൽ നിന്ന് സാത്താനിലേക്ക് കൈതെറ്റിവീണ മതത്തെ വീണ്ടെടുക്കാനും അതിനെ മാനവരാശിയുടെ ജീവന്റേയും മൂല്യങ്ങളുടേയും ഈടുവെപ്പാക്കുന്നതിനും ചില മഹാത്മാക്കളും സംഘടനകളും മുന്നിട്ടിറങ്ങിയിട്ടുണ്ട് എന്നത് ശാന്തിദായകമാണ്.

വിവാഹധൂർത്ത് എന്ന അധാർമ്മികത

ഈ സമൂഹം ഒച്ചവെയ്ക്കുന്ന ഓട്ടപ്പാത്രങ്ങളുടേതാണ്. ധൂർത്തും ആഡംബരങ്ങളും കെടുകാഴ്ചകളുമാണതിന്റെ മുഖശൈലി. മനുഷ്യന്റെ ആഴവും ഉയരവും കുറയുമ്പോഴാണ്, അവന്റെ അന്തഃസത്ത ദുർബ്ബലമാകുമ്പോഴാണ് അവൻ ഓട്ടപ്പാത്രങ്ങളെപ്പോലെ ഒച്ച വെയ്ക്കുന്നത്. സ്വന്തം സത്തയെന്ന സ്വർണ്ണം മങ്ങുമ്പോൾ അവൻ കാക്കപ്പൊന്നുകളുടെ കാഴ്ചപ്പണ്ടങ്ങൾ തേടുന്നു. സ്വയം കാഴ്ചപ്പണ്ടമാകുന്നു. അതിന്റെ ഏറ്റവും ബീഭത്സമായ ദൃശ്യമാണിന്ന് വിവാഹവേദിയിൽ കാണുന്നത്. ഭീകരമായ ധൂർത്തും പ്രദർശനപരതയും അവിടെ കയ്യേറുന്നു. ലാളിത്യം, ശുദ്ധി, സൗഹാർദ്ദം തുടങ്ങിയ മൂല്യങ്ങൾ മങ്ങുന്നു. വരനും വധുവിനും ഇടയിൽ സ്വർണ്ണവും ധനവും മറ്റും അദൃശ്യശക്തികളായി നില്ക്കുമ്പോൾ വധൂവരന്മാർ തമ്മിൽ സ്നേഹത്തിന്റേയും സഹവർത്തിത്വത്തിന്റേതുമായ ദാമ്പത്യം എങ്ങനെ സാധ്യമാകും? ഇത്രയും സ്വത്തിന്റെ അധികാരിയാണ് ഞാൻ എന്ന ധാർഷ്ട്യവും അഹങ്കാരവുമല്ലാതെ? കുടുംബക്കോടതികളുടെ എണ്ണം വർദ്ധിക്കാൻ ഇതുമൊരു കാരണമാണ്.

വിവാഹത്തേക്കാൾ വലിയൊരു പാഴ്ച്ചെലവ് ഇന്നീ സമൂഹത്തിലില്ല. വിവാഹത്തിന് ശരീരം മൂടുന്ന സ്വർണ്ണം വധു പിന്നീടൊരിക്കലും അണിയുന്നില്ല. വില പിടിച്ച വസ്ത്രങ്ങളുടെ കാര്യവും അങ്ങനെതന്നെ. ഒരൊറ്റ ദിവസത്തിന് വേണ്ടിയാണ് ലക്ഷങ്ങളുടേയും കോടികളുടേയും ധൂർത്ത്. കെടുകാഴ്ചകളുടേയും ധൂർത്തിന്റേയും രാക്ഷസന്മാർ അരങ്ങുവാഴുന്ന വിവാഹവേദിയിൽ സ്വർണ്ണം മാത്രമല്ല പ്രതി. മറ്റനേകം കൂട്ടുപ്രതികളുമുണ്ട്. ലക്ഷങ്ങൾ വിലമതിക്കുന്ന വസ്ത്രങ്ങൾ, പകുതിയോളം പാഴായിപ്പോകുന്ന സദ്യ, മദ്യസല്ക്കാരം, വി.ഐ.പി.കളെ എഴുന്നെള്ളിക്കൽ, ചെലവേറിയ ക്ഷണക്കത്ത്, വാടകക്ക് എടുക്കുന്ന കല്യാണമണ്ഡപവും ഓഡിറ്റോറിയവും, തലേനാളിലെ നോൺവെജ് പാർട്ടി, വിവാഹത്തിന്റെ റിഹേഴ്സൽ എന്ന പോലെ സർവ്വമാനധൂർത്തോടും കൂടി ഒരുക്കപ്പെടുന്ന വിവാഹ നിശ്ചയം, ബ്യൂട്ടിഷ്യന്റെ വക വധുവിന്റെ അണിഞ്ഞൊരുക്കൽ എന്നിങ്ങനെ പോകുന്നു കൂട്ടുപ്രതികളുടെ പട്ടിക.

ഒരു സമൂഹത്തിന്റെ അന്തസ്സാരശൂന്യത അതിന്റെ ബാഹ്യചേഷ്ടകളിൽ ധ്വനിക്കപ്പെടുന്നു. വസ്ത്രധാരണം, വിനോദങ്ങൾ, ജീവിതശൈലികൾ, ഗൃഹനിർമ്മാണം, ആഹാരശൈലി എല്ലാം സൗന്ദര്യത്തേക്കാൾ വൈകൃതത്തെയാണിപ്പോൾ പിൻപറ്റുന്നത്. ശരീരമാസകലം പൊന്നിലും പളപളപ്പിലും പൊതിഞ്ഞു നില്ക്കുന്ന വധുവിനെ വൈരൂപ്യത്തിലല്ലാതെ സൗന്ദര്യത്തിലും ശാലീനതയിലും ആർക്ക് കാണാനാകും?

സ്ത്രീധനം എന്ന ഏറ്റവും പ്രാകൃതവും അപമാനകരവുമായ വ്യവസ്ഥിതിയെ ഊട്ടിയുറപ്പിക്കുന്ന ഒരു പ്രധാന ഘടകം സ്വർണ്ണമാണ്. പണത്തേക്കാളും ഭൂസ്വത്തിനേക്കാളും സ്ത്രീധനം ആവശ്യപ്പെടുന്നതും നല്കപ്പെടുന്നതും സ്വർണ്ണമായിട്ടാണ്. സ്ഥലമോ പണമോ നിറഞ്ഞ സദസ്സിൽ പ്രദർശിപ്പിക്കാനാവില്ലല്ലോ. വധുവിനെ മൂടുന്ന പൊന്നാണവിടെ സ്റ്റാറ്റസ്സിന്റെ മാറ്റു കൂട്ടുന്ന കാഴ്ചപ്പണ്ടം. വിവാഹവേദിയിൽ അങ്ങനെ സ്വർണ്ണം മറ്റെന്തിനേക്കാളും മൂല്യമുള്ള താരപദവി നേടുന്നു. സ്ത്രീധനം നിയമം മുഖേന നിരോധിച്ചിട്ടും ആ നിയമത്തെ തകർത്തുതരിപ്പണമാക്കാൻ സ്വർണ്ണം എന്ന അധീശശക്തിയ്ക്ക് കഴിയുന്നുണ്ട്. സത്രീധനത്തിന്റെ പരിധിയിൽ സ്വർണ്ണത്തെ ഉൾപ്പെടുത്താത്തതുകൊണ്ട് സ്വർണ്ണത്തിന് നിയമം കൊണ്ടുവരുമ്പോൾ മാത്രമേ സ്ത്രീധനനിരോധന നിയമം സംരക്ഷിക്കപ്പെടുകയുള്ളൂ.

ഭൂമിക്കടിയിൽ കിടന്ന ഒരു മഞ്ഞലോഹം എങ്ങനെ നമ്മുടെ സഹോദരിമാരുടെ വിധി നിർണ്ണയിക്കുന്ന ജാതകമായി എന്നത് ദുരന്തം പേറുന്ന ഒരു ആശ്ചര്യചിഹ്നമാണ്. വരൻ കെട്ടുന്ന താലിച്ചരട് സ്ത്രീധന സ്വർണ്ണം കുറഞ്ഞുപോയാൽ കഴുത്തിൽ കൊലക്കയറായി മുറുകും എന്ന അകം പിളരുന്ന ആശങ്കയോടെയാണ് വധു വിവാഹവേദിയിൽ നില്ക്കുന്നത്. താലിയിലൂടെ പുരുഷൻ അവരിൽ സ്ഥാപിച്ചെടുക്കുന്ന അവകാശവും അധികാരവും പിന്നീട് കൊടും പീഡനങ്ങളായി മാറാം. ഒടുവിൽ ജീവിതം തന്നെ അതിൽ പിടഞ്ഞൊടുങ്ങുകയുമാവാം. അപ്രകാരം സ്വർണ്ണം എന്ന മഞ്ഞലോഹം ഒരു മാരക വസ്തുവാകുന്നു. സ്ത്രീയുടെ വിനാശബിംബമാകുന്നു.

ലോകത്തിൽ ഏറ്റവും കൂടുതൽ സ്വർണ്ണോപഭോഗമുള്ള നാട് ഇന്ത്യയാണത്രെ. (ഇപ്പോൾ ആ പദവി ചൈനയും പങ്കിടുന്നു). അതിലധികവും വിവാഹാവശ്യത്തിനാണ്. മതപരമായ ആചാരങ്ങളും അക്ഷയത്രിതീയ പോലുള്ള സങ്കല്പങ്ങളും ഇന്ത്യയിൽ സ്വർണ്ണത്തെ ദിവ്യമാക്കുന്നു. സ്വർണ്ണം ഏറ്റവുമധികം ഇറക്കുമതിചെയ്യുന്ന രാജ്യവും ഇന്ത്യയാണ്. ഇറക്കുമതി നിരോധിച്ചിട്ടും കള്ളക്കടത്തുകൾ സജീവമായതുകൊണ്ട് ഉപഭോഗത്തിന് കുറവില്ല. കസ്റ്റംസിൽ പിടിക്കുന്നത് 1% മാത്രം. അന്തർദ്ദേശീയമായ സ്വർണ്ണോപഭോഗത്തിന്റെ 10% കൂടുതൽ നാം ഉപഭോഗം ചെയ്യുന്നുവെന്നാണ് വേൾഡ് ഗോൾഡ് കൗൺസിൽ പറയുന്നത്. ഇത് ലോകത്തെപ്പാടെയുള്ള സ്വർണ്ണത്തിന്റെ 28.3% മാത്രമാണ്. ഇന്ത്യയിലെ വൻകിട

ജ്വല്ലറികൾ തന്നെ 5 ലക്ഷത്തോളമുണ്ട്. 5 വർഷം കൊണ്ട് ഇന്ത്യയിലെ സ്വർണ്ണനിക്ഷേപം 238% വർദ്ധിച്ചു. സ്വർണ്ണവിലയിലെ ഭീമമായ വർദ്ധനവ് സ്വർണ്ണോപഭോഗത്തെയോ, നിക്ഷേപത്തേയോ ബാധിച്ചിട്ടില്ല. കേരളീയരാകട്ടെ സ്വർണ്ണത്തിന്റെ മാസ്മരികതയിൽ കണ്ണുമഞ്ഞളിച്ച് മയങ്ങിക്കിടക്കുകയാണ്. മദ്ധ്യവർഗ്ഗക്കാർ മുതല്ക്കേ വിവാഹവേളയിൽ സ്ത്രീധനമായി കൊടുക്കുന്ന സ്വർണ്ണം 500, 1000 പവൻ വരെയാണ്. സാധാരണക്കാരനാകട്ടെ പവൻ രണ്ടക്കത്തിലും മൂന്നക്കത്തിലുമെത്തിക്കാൻ കിതയ്ക്കുന്നു. വീണ്ടും നിരങ്ങിയും ജീവിതമപ്പാടെ കടക്കെണിയിലാക്കിയും അതൊപ്പിച്ച് ഞെളിയുന്നു. സ്വർണ്ണോപഭോഗത്തിൽ ഇന്ത്യയുടെ ക്യാപിറ്റൽ ആണ് 'പ്രബുദ്ധമായ' നമ്മുടെ കൊച്ചു കേരളം. ഇന്ത്യയുടെ മൊത്തം ഉപഭോഗത്തിന്റെ 20% കേരളത്തിലാണ്. 2011-ലെ കണക്കിൽ 75,000 കോടിയുടെ സ്വർണ്ണം - 2455 ടൺ - കേരളത്തിൽ വിറ്റഴിച്ചു.

കേരളത്തിലെ വനിതാകമ്മീഷൻ ഈയിടെ നടത്തിയ പ്രഖ്യാപനം വളരെ ശ്രദ്ധേയമാണ്. വിവാഹവേളയിൽ വധു അണിയുന്ന സ്വർണ്ണം 10 പവനിൽ കൂടരുതെന്നും അതിനു നിയമം കൊണ്ടുവരുമെന്നുമായിരുന്നു, ആ പ്രഖ്യാപനം. പ്രഖ്യാപിക്കുക മാത്രമല്ല കമ്മീഷൻ സർക്കാരിനോട് ശിപാർശയും ചെയ്തു. അധിക സ്വർണ്ണം കൊടുത്തവരിൽ നിന്നും വാങ്ങിയവരിൽ നിന്നും കച്ചവടക്കാരിൽ നിന്നും നികുതി ഈടാക്കണമെന്നും ആ ശിപാർശക്ക് അനുബന്ധമുണ്ടായിരുന്നു. വിവാഹത്തിന് അമിതച്ചെലവ് വരുത്തുന്നവരിൽ നിന്ന് ചെലവിന്റെ 25% പിഴ ഈടാക്കണമെന്നും ചെലവിനെക്കുറിച്ച് വധൂവരന്മാരിൽ നിന്നും മുൻകൂട്ടി സത്യവാങ്മൂലം വാങ്ങണമെന്നും വനിതാകമ്മീഷൻ നിർദ്ദേശിക്കുന്നു.

ഈ ശിപാർശകൾ നിയമമാകുമ്പോൾ കേരളത്തിലെ സാധാരണക്കാരുടെ മുഖങ്ങളിൽ പടർന്നുകയറിയിട്ടുള്ള പല ദുരിതങ്ങളുടേയും കാളിമ ഇല്ലാതാക്കാൻ അതിന് കഴിയും. മകളുടെ വിവാഹത്തിന് പൊന്നൊരുക്കാൻ കഴിയാത്തതിനാൽ ആത്മഹത്യയിൽ അഭയം പ്രാപിക്കുന്ന പിതാക്കളെ രക്ഷിക്കാൻ, അതിനുവേണ്ടി എല്ലാം വിറ്റുപെറുക്കിയിട്ടും മോചനമില്ലാത്ത കടക്കെണിയിലകപ്പെട്ടവർക്ക് ആശ്വാസമേകാൻ തനിക്ക് വേണ്ടി ജീവിതം ഹോമിക്കുന്ന കുടുംബാംഗങ്ങളെയോർത്ത് സ്വന്തം പെൺജന്മത്തെ ശപിക്കുന്ന സഹോദരിമാർക്ക് പ്രത്യാശയാകാൻ - എല്ലാം ആ നിയമത്തിന് കഴിയും. നാമിന്ന് മദ്യം പോലെ സ്വർണ്ണമെന്ന ലഹരിയിലും തല മന്ദീഭവിച്ചവരുടെ ജനതയാണല്ലോ. നമ്മുടെ സമ്പൂർണ്ണസാക്ഷരതയും ഉയർന്ന വിദ്യാഭ്യാസവും ചിന്തയും കാഴ്ചപ്പാടുമെല്ലാം ആ അധീശ ശക്തിക്ക് അടിയറവെച്ചവർ എന്ന അപമാനത്തിൽ നിന്ന് രക്ഷപ്പെടുകയുമാവാം.

സ്വന്തം വീട്ടിൽ ലളിതമായൊരു ചടങ്ങിൽ ഏറ്റവും വേണ്ടപ്പെട്ടവരുടെ മാത്രം സാന്നിദ്ധ്യത്തിൽ സാധാരണമായൊരു സദ്യയൊരുക്കി സ്വന്തം

കൂട്ടികാരികളാൽ അണിയിച്ചൊരുക്കപ്പെട്ട് മാതാപിതാക്കൾ ഹൃദയപൂർവ്വം നല്കിയ മിതമായി ആഭരണങ്ങളണിഞ്ഞ് മനസ്സിൽ നിറയെ മധുരസ്വപ്ന ങ്ങളുമായി വധു, വരൻ നീട്ടിക്കൊടുക്കുന്ന അഭയക്കരങ്ങളിൽ സ്വയം അർപ്പിക്കുമ്പോൾ ആ വിവാഹം എത്രമേൽ ശാന്തി നിർഭരവും മൂല്യ വത്തും മംഗളകരവുമായിരിക്കും. അതിന് സമൂഹത്തിലെ ഉന്നത സ്ഥാനീയർ മാതൃക കാണിക്കണം.

മുൻമന്ത്രി ബിനോയ് വിശ്വം മകളുടെ കല്യാണത്തിന് അങ്ങനെ യൊരു സംസ്കാരം നമുക്ക് നല്കി. ഈയിടെ നമ്മുടെ വിദ്യാഭ്യാസ മന്ത്രി സി.രവീന്ദ്രനാഥും മാതൃകയായി. എന്നാൽ നമ്മുടെ മറ്റൊരു മുൻ മന്ത്രിയും ശതകോടീശ്വരനായ ഒരു മദ്യവ്യവസായിയും തമ്മിൽ സ്വസന്ത തികൾക്ക് വേണ്ടിയുണ്ടാക്കിയ ബാന്ധവത്തിൽ മുഖ്യകാർമ്മികത്വം വഹിച്ചത് കൊടും ധൂർത്താണ് എന്നത് ഖേദകരമാണ്; അപമാനകരവും.

വിവാഹധൂർത്ത് ആക്ഷേപകരം മാത്രമല്ല, അധാർമ്മികവും കൂടി യാണ്. അത് സാമൂഹ്യവിരുദ്ധമായ കുറ്റകൃത്യമാണ്. എന്നൊരു ബോധം നമ്മളിൽ ഉദിക്കേണ്ടിയിരിക്കുന്നു. നമ്മുടെ സഹോദരിമാർ വിദ്യാസമ്പ ന്നരും സ്വയം പര്യാപ്തരും സ്വതന്ത്രചിന്തകരുമാണ്. തങ്ങളുടെ വ്യക്തി ത്വത്തിന്മേൽ സ്വർണ്ണത്തിന്റെ അധീശത്വം വേണ്ട എന്ന് അവർ തീരു മാനിക്കണം. അത്തരമൊരു സ്വത്വബോധം സംസ്കാരത്തിലേക്കും അഭി മാനത്തിലേക്കും മാത്രമല്ല അവരെ നയിക്കുക. ആരോഗ്യപരമായ ഒരു സാമൂഹ്യമാറ്റത്തിന്റെ കാർമ്മികത്വത്തിലേക്കും കൂടിയാണ്. സ്ത്രീ വിമോ ചനത്തിന്റെ ഊർജ്ജം അതിൽ സംഭരിക്കപ്പെടും.

നമ്മുടെ രാഷ്ട്രം കവിഭാരതം

ഋഷിയല്ലാത്തവൻ കവിയല്ല എന്നായിരുന്നു കവിത്വത്തെക്കുറിച്ചുള്ള പ്രാചീന ഭാരതത്തിന്റെ നിലപാട്. നമ്മുടെ ആദികവി വാല്മീകിയുടെ ആദ്യകാല ജീവിതം നികൃഷ്ടനായ വെറും കാട്ടാളന്റേതായിരുന്നു. സപ്തർഷികളുടെ ഉപദേശമനുസരിച്ച് തപസ്സുചെയ്ത അദ്ദേഹം മഹർഷിയായി. അതിനുശേഷമാണ് രാമായണമെഴുതി കവിത്വത്തിലേക്ക് ഉയരുന്നത്. ഒരു ജീവിതത്തിൽ തന്നെ അനേകം ജന്മമാറ്റങ്ങൾ - കാട്ടാളനിൽ നിന്ന് മനുഷ്യനിലേക്ക്. അവിടെനിന്ന് ഋഷിത്വത്തിലേക്ക്. പിന്നീട് കവിത്വത്തിലേക്ക്. ഭാരതത്തിന്റെ മറ്റൊരു മഹാനായ ഋഷി കവിയാണ് വേദവ്യാസൻ. കൃഷ്ണ ദ്വൈപായനൻ എന്നാണ് അദ്ദേഹത്തിന്റെ യഥാർത്ഥ നാമം. ലോകോത്തരമായ ഇതിഹാസകാവ്യം മഹാഭാരതം രചിച്ചുകൊണ്ട് ഭാരതത്തിന്റെ മാത്രമല്ല ലോകത്തിന്റെ തന്നെ മനഃസാക്ഷിയായി അദ്ദേഹം. ഒന്നേകാൽ ലക്ഷം ശ്ലോകങ്ങളും ആയിരക്കണക്കിന് കഥാപാത്രങ്ങളും എണ്ണമറ്റ ഉപകഥകളും തത്ത്വദർശനങ്ങളുമായി എഴുത്തിന്റെ ഒരു മഹാസമുദ്രം സൃഷ്ടിച്ചു, മഹാഭാരതം. ആ കർമ്മം ഒരു മനുഷ്യപ്രതിഭകൊണ്ട് എങ്ങനെ സാധിച്ചുവെന്നത് ഇന്നും ഒരു മഹാദ്ഭുതമാണ്. നമ്മുടെ ഭാരതം, അതിന്റെ സംസ്കാരം, പാരമ്പര്യം, മാഹാത്മ്യം, അപ്രകാരം വാല്മീകിയും വ്യാസനും കൂടി നിർവ്വഹിച്ച കവിഭാരതത്തിന്റേതാണ്.

കവി ഈശ്വരനെപ്പോലെ സ്രഷ്ടാവാണ്. അപാരമായ കാവ്യസംസാരത്തിന്റെ ഏകപ്രജാപതിയാണ്. അദ്ദേഹം എങ്ങനെ ലോകത്തെ അറിയുന്നുവോ അതുപോലെ കാവ്യത്തിൽ അതിനെ സൃഷ്ടിക്കുന്നു. കവി ക്രാന്തദർശിയാണ്. അതുകൊണ്ട് അദ്ദേഹത്തിന് ഭാവിയെ അറിയാൻ കഴിയുന്നു. കവി പ്രവാചകനാണ്. വസന്തത്തിന്റെ മദോന്മത്തതയിൽ അഭിരമിക്കുന്നവരോട് ഇനിയൊരു വേനൽ വരാനുണ്ടെന്നും കരുതിയിരിക്കുക എന്നും അദ്ദേഹം പ്രവചിക്കും. കവി കാലത്തെ സന്തുലനം ചെയ്യുന്നവനാണ്. വേനലിന്റെ കെടുതികളിൽ പൊറുതിമുട്ടുന്നവരിൽ വസന്തം എന്ന സ്വപ്നം അദ്ദേഹം കൊരുത്തിടും. വിമോചനസമരങ്ങളും

മഹാവിപ്ലവങ്ങളുമെല്ലാം കവിയുടെ അശാന്ത ഹൃദയത്തിൽ നിന്ന് ഉയർന്ന സ്ഫുലിംഗങ്ങളാണ്. എക്കാലത്തും എല്ലാദേശത്തും കവി കാരുണികനാണ്. യേശുദേവനെപ്പോലെ ലോകത്തിന്റെ സകലമാനവ്യഥകളും അദ്ദേഹം സ്വന്തം നെഞ്ചിൽ വഹിക്കുന്നു. വേദനകള മഹത്തായ കൃതികൾക്ക് വളമായി സ്വീകരിക്കുന്നു.

എക്കാലത്തേയും കവിത്വത്തിന്റെ മഹാമൂർത്തിയാണ് വാല്മീകി. ഇണപ്പക്ഷികളിലൊന്നിനെ വേടൻ അമ്പെയ്തു കൊന്നപ്പോൾ മറുപക്ഷിയുടെ വിലാപം സ്വന്തം ഹൃദയത്തിൽ ഏറ്റുവാങ്ങി അനുശോചിക്കുക മാത്രമല്ല വേടനോട് രോഷം കൊള്ളുകയും ചെയ്തു അദ്ദേഹം. ആ ശോകവും രോഷവുമാണ് രാമായണകാവ്യമായി പരിണമിച്ചത്. മനുഷ്യന്റെ, പുരുഷന്റെ, രാജാവിന്റെ, വ്യവസ്ഥിതികളുടെ അനീതികളെ പ്രതിസ്ഥാനത്തു നിർത്തി കവി വിചാരണ ചെയ്യുന്നു. ദളിതന്റെ, സ്ത്രീയുടെ കണ്ണീരിനൊപ്പമാണ് കവി നിലകൊണ്ടത്.

ധർമ്മം എന്നാണ് മഹാഭാരതത്തിന്റെ മറ്റൊരു പേര്. കൃതിയിലൂടെ യഥാർത്ഥ ധർമ്മത്തിന്റെ സത്ത അന്വേഷിക്കുകയായിരുന്നു വ്യാസൻ. മഹാഭാരതത്തിൽ കവി തന്നെ കഥാപാത്രവുമാണ്. പരാശര മഹർഷിക്ക് സത്യവതി എന്ന മുക്കുവസ്ത്രീയിൽ ഉണ്ടായ പുത്രനാണ് വ്യാസൻ. സത്യവതി പിന്നീട് ഹസ്തിനപുരിയിലെ ശന്തനുമഹാരാജാവിന്റെ പത്നിയായി. ഒരു നിർണ്ണായക ഘട്ടത്തിൽ ഹസ്തിനപുരത്തിന്റെ അധികാര സിംഹാസനത്തിലേക്ക് വ്യാസനെ അമ്മ ക്ഷണിക്കുകയുണ്ടായി. പട്ടണത്തിന്റേയും കൊട്ടാരത്തിന്റേയും കൃത്രിമത്വങ്ങളേയും ഉപജാപങ്ങളേയും കുറിച്ചറിയാമായിരുന്ന വ്യാസൻ ആ ക്ഷണം സ്വീകരിച്ചില്ല. പ്രകൃതിയുമായിണങ്ങി കാട്ടിൽ കഴിയുവാനായിരുന്നു അദ്ദേഹത്തിനിഷ്ടം. കാട്ടിൽ അദ്ദേഹം എല്ലാ ചരാചരങ്ങളുടേയും പിതാവായിരുന്നു. ഒരിക്കൽ അദ്ദേഹം സ്വപുത്രനായ ശുകനെ കാണാഞ്ഞ് കാട്ടിലെല്ലാം 'പുത്രാ എന്ന് വിളിച്ചലഞ്ഞപ്പോൾ 'അച്ഛാ' എന്ന് എല്ലാ ജീവജാലങ്ങളും വിളി കേട്ടുവത്രെ.

ലോകത്തിലെ സർവ്വ മനുഷ്യരുടേയും മഹാസങ്കടങ്ങൾ സ്വന്തം ഹൃദയത്തിൽ വഹിച്ചു വ്യാസൻ. മഹാഭാരതത്തിലെ കഥാപാത്രങ്ങളെല്ലാം കവിയുടെ ആത്മവംശങ്ങളായിരുന്നു. പ്രധാന കഥാപാത്രങ്ങളും പരസ്പര പ്രതിയോഗികളുമായ പാണ്ഡവരും കൗരവരുമാകട്ടെ കവിയുടെ പേരമക്കളും അവർ തമ്മിലുണ്ടായ കുരുക്ഷേത്രയുദ്ധം ഒഴിവാക്കാൻ വ്യാസൻ കഠിനമായി പരിശ്രമിച്ചു. പക്ഷേ, യുദ്ധം സംഭവിക്കുക തന്നെ ചെയ്തു. അതിൽ പ്രിയപ്പെട്ടവർ ചത്തൊടുങ്ങി. ജീവിച്ചവരുടെ അവസ്ഥ മരിച്ചവരുടേതിനേക്കാൾ ദയനീയമായിരുന്നു. കഥാപാത്രങ്ങളുടെയെല്ലാം ദുരന്തങ്ങൾ സ്വയമേറ്റുവാങ്ങി വ്യാസൻ നിലവിളിക്കുന്ന ഹൃദയഭേദകമായ ഒരു രംഗം മഹാഭാരതത്തിലുണ്ട്.

“ഞാനിതാ കയ്യുയർത്തി നിലവിളിക്കുന്നു.
ആരും എന്റെ നിലവിളി കേൾക്കുന്നില്ലല്ലോ.
ഞാൻ ധർമ്മത്തെക്കുറിച്ച് എത്ര പറഞ്ഞു.
ആരും അത് ചെവിക്കൊണ്ടില്ലല്ലോ.”

എന്ന്,

കവി മാത്രമല്ല. സാധാരണ മനുഷ്യനും അന്യന്റെ ദുരന്തവുമായി ഇപ്രകാരം വിലയം കൊള്ളുമ്പോഴേ കാരുണ്യം എന്ന മഹത്തായ മാനുഷികമൂല്യം നിലനില്ക്കുകയുള്ളൂ.

സാമൂഹിക തിന്മകൾക്കെതിരെ ഒരു മഹായജ്ഞം വേണം

കാലം വല്ലാതെ ഇരുണ്ടുപോവുകയാണ്. പ്രത്യാശയുടെ രശ്മികളാകട്ടെ, ഓരോന്നും അണഞ്ഞു പോവുകയുമാണ്. ഈ ഇരുട്ടിലൂടെ ഇഴഞ്ഞ് എത്രത്തോളം മുന്നോട്ടുപോകും എന്ന ഭീതിയാണ് വലയം ചെയ്യുന്നത്.

എല്ലാ സമൂഹങ്ങളും അതാതിന്റെ യുവതലമുറകളിലാണ് എപ്പോഴും പ്രത്യാശയർപ്പിക്കുക. നമ്മുടെ യുവതലമുറയിൽ നിന്ന് നമുക്ക് എന്ത് പ്രതീക്ഷിക്കാനുണ്ട്? വിവേകാനന്ദസ്വാമികളുടെ ഉദ്ബോധനം 'ഉത്തിഷ്ഠതാ! ജാഗ്രത!' ഏറ്റെടുക്കാൻ ഇവിടെ എത്ര പേരുണ്ട്? യുവാക്കളിൽ ഒരുവിഭാഗം അവരുടെ സ്വകാര്യജീവിതത്തിന്റെ ഇത്തിരിവട്ടത്തിൽ ജീവിച്ചു തീരുന്നു. ഇരതേടുക, ഇണചേരുക, എന്നീ മൃഗതത്ത്വങ്ങളിൽ നിന്നതീതമായി ഒന്നും തന്നെ അവർക്കില്ല. അതിനുവേണ്ടി ഒരു അണുകുടുംബം തീർക്കുന്നതിലവരുടെ ആയുസ്സൊടുങ്ങുന്നു. ആ കുടുംബത്തിൽ നിന്ന് സ്വന്തം മാതാപിതാക്കൾ പോലും നിഷ്കാസിതരാണ്. അവർ ആശ്രയമറ്റ് അഗതിമന്ദിരങ്ങളിലും അനാഥാലയങ്ങളിലും മറ്റും അഭയം തേടുന്നു. ആ അണുകുടുംബങ്ങളുടെ അകത്തളങ്ങളിലേക്ക് ഒന്നു നോക്കൂ. ആകെയുള്ള രണ്ടോ മൂന്നോ അംഗങ്ങളിൽ ഓരോരുത്തർക്കുമിടയിൽ ധ്രുവങ്ങളുടെ അകൽച്ചയാണ്. ആരും ആരേയും അറിയുകയോ സ്നേഹിക്കുകയോ ചെയ്യുന്നില്ല. സിമന്റുകൊണ്ടും കമ്പികൾകൊണ്ടും ചായങ്ങൾകൊണ്ടും വർണ്ണശബളമായ പ്രൗഢമായ ആഡംബര നിർഭരമായ അവരുടെ കോൺക്രീറ്റ് പാർപ്പിടങ്ങൾ വെറും കെട്ടിടമാണ്-വീടല്ല. അവിടെ മാതാപിതാക്കളുടെ ശ്രദ്ധയും കരുതലും ലഭിക്കാതെ അരക്ഷിതരായി കുട്ടികൾ വളരുന്നു. സ്വാഭാവികമായും അവർ ലഹരിയിലേക്കും മനോരോഗത്തിലേക്കും കുറ്റകൃത്യങ്ങളിലേക്കും കൂപ്പുകുത്തുന്നു. ലോകത്തോടുള്ള അവരുടെ അബോധപരമായ പ്രതികാരം കൂടിയാണത്.

യുവതലമുറ പലായനത്തിന്റേതാണ്. ധീരമായ നേരിടലിന്റേതല്ല. പലായനത്തിനുള്ള ഏറ്റവും എളുപ്പമുള്ളതും സുലഭവുമായ മാർഗ്ഗം മദ്യവും ലഹരിയുമാണ്. അവയിലൂടെ രോഗങ്ങളും കുറ്റകൃത്യങ്ങളും മറ്റു

തിന്മകളും അവരുടെ രക്തത്തിൽ കലരുന്നു. രോഗാതുരമായ ഈ സമൂഹത്തിൽ ഈ വിഷസംസ്കാരം കൊടികുത്തിയപ്പോൾ മാനവികത നമ്മിൽ നിന്ന് മാഞ്ഞുപോയി. ഈ നാട് ഇനി 'കുടിയന്റെ കുമ്പസാരം' (ഡോ. ജോൺസൺന്റെ ആത്മകഥ. 10–ാം വയസ്സിൽ തുടങ്ങിയ മദ്യം അദ്ദേഹത്തെ 40–ാം വയസ്സിൽ മരണാസന്നനാക്കി) കൊണ്ട് നിറയുമോ? മദ്യവും മയക്കുമരുന്നും ഈ നാടിന്റെ ഇളം തലമുറയെപോലും ബോധം കെടുത്തുന്നു. കഴിഞ്ഞ ഓണത്തിന് കേരളം കുടിച്ചു തീർത്തത് 160 കോടിയുടെ മദ്യമാണത്രെ. ഇന്ത്യയിൽ നാലുകോടി ഡ്രഗ് അഡിക്റ്റുകൾ ഉണ്ടത്രെ. കുട്ടികളാണ് ഡ്രഗ് മാഫിയയുടെ പ്രധാന ഇരകൾ. സ്കൂൾ പരിസരങ്ങളും കോളേജ് പരിസരങ്ങളും അവയുടെ ഗൂഢമായ വിപണന കേന്ദ്രങ്ങളാണ്. ബാറുകൾ കൂടുതലനുവദിച്ച് വരുമാനം കൂട്ടുകയാണ് സർക്കാർ. പൗരന്റെ കുടുംബത്തെ തകർത്തും സ്ത്രീകളുടെ കണ്ണുനീരിൽ പുതഞ്ഞും നാടിന്റെ ദുരന്തങ്ങളിൽ നിന്നും മാത്രമേ സർക്കാരുകൾക്ക് വരുമാനമുണ്ടാക്കാനാവൂ എന്നത് ഒരു അലിഖിത നിയമമാവുകയാണ്.

സ്ത്രീപുരുഷ ബന്ധങ്ങളിപ്പോൾ നരകദർശനങ്ങളാണ്. ജന്മാന്തര ബന്ധമെന്നും ഏകസത്തയുടെ രണ്ട് അർദ്ധങ്ങളെന്നും പുനർജ്ജന്മങ്ങളിലൂടെ പരസ്പരം തേടുന്നവരെന്നും വിശേഷിപ്പിക്കപ്പെട്ടതാണ് ഭാരതത്തിലെ സ്ത്രീപുരുഷബന്ധം. ലോകരാഷ്ട്രങ്ങൾക്കെല്ലാം മഹാമാതൃകയുമായിരുന്നു അത്. ഇന്നോ? പ്രണയവും ദാമ്പത്യവുമെല്ലാം ഒരു കഠാരപാളലോ വെടിയൊച്ചയോ ആയി പരിണമിക്കുന്നു. വീടിനുള്ളിൽ ഭയപ്പെടുത്തുന്നൊരു നിഴലാണ്, ഇണയുടെ സാന്നിധ്യം. കുടുംബക്കോടതികളുടെ എണ്ണം വർദ്ധിക്കുന്നു. അവിടെയുള്ള വിവാഹമോചനക്കേസുകളിൽ 350% വർദ്ധനവാണ് ഉണ്ടായിട്ടുള്ളതെന്ന് മുഖ്യമന്ത്രി അസംബ്ലിയിൽ പറഞ്ഞു. ഇന്ത്യയിലെ മൊത്തം വിവാഹമോചനക്കേസുകളുടെ 9% ത്തോളം കേരളത്തിലാണ്. നമ്മുടെ ജനസംഖ്യ രാഷ്ട്രത്തിന്റെ മൊത്തം ജനസംഖ്യയുടെ 3% മാത്രമായിരിക്കേ കേരളത്തിന്റെ തലസ്ഥാന നഗരം വിവാഹമോചനത്തിന്റെ തലസ്ഥാനം കൂടിയായിരിക്കുകയാണ്. കാക്കപ്പൊന്നുകൾ പോലെ ക്ഷണനേരത്തേക്ക് മിന്നിത്തിളങ്ങുന്ന ബന്ധങ്ങൾ അധികം താമസിയാതെ മറ്റു മേച്ചിൽപുറങ്ങൾ തേടുന്നു. പരസ്പരം മടുക്കുമ്പോൾ പിരിയാൻ കൂടുതൽ എളുപ്പമുള്ള 'ലിവിംഗ് ടുഗദർ' എന്ന ശൈലിയിൽ ജീവിക്കുന്നവർ ഏറെയാണ്. അതിൽ പരസ്പരം ഉത്തരവാദിത്വങ്ങളില്ല. ബാധ്യതകളില്ല. വൈകാരികതയും ആർദ്രതയുമില്ല. ഈ ശൈലി മൃഗസത്തയിലേക്ക് ദമ്പതികളെ അധഃപതിപ്പിക്കുന്നു. അതിലുണ്ടാകുന്ന കുട്ടികൾ സമൂഹത്തിൽ പാഴ്പ്പടർപ്പുകളാകുന്നു. വിവാഹേതരബന്ധങ്ങൾ ഇന്ന് ഒരു സ്റ്റാറ്റസ് ബിംബമാകാൻ തുടങ്ങിയിട്ടുണ്ട്, ഉപരിവർഗ്ഗസ്ഥർക്കെങ്കിലും. "I cannot love I am too far away, I am bonished" എന്ന ആധുനിക മനുഷ്യന്റെ ദുരന്താവസ്ഥയെക്കുറിച്ച് ആൽബേർകാമു രക്തലിപികളിൽ എഴുതിവെച്ചിട്ടുണ്ട്. ഇന്നത്തെ ദമ്പതികൾക്കാണ് ആ വാക്കുകൾ ഏറ്റവും ചേരുക.

"നിർദ്ദയലോകത്തിൽ നാമിരുപേരൊറ്റപ്പെട്ടോർ
അത്രയുമല്ല, തമ്മിൽ തമ്മിലുമൊറ്റപ്പെട്ടോർ"

എന്ന് നമ്മുടെ വൈലോപ്പിള്ളിയും അതേക്കുറിച്ച് കുറിച്ചുവെച്ചിരിക്കുന്നു.

സ്വാതന്ത്ര്യസമരക്കാലത്തും കേരളത്തിലെ കമ്മ്യൂണിസ്റ്റ് പ്രസ്ഥാനം രൂപപ്പെട്ടകാലത്തുമെല്ലാം രാഷ്ട്രീയമെന്നാൽ സ്വന്തം സമൂഹത്തിനു വേണ്ടിയുള്ള ജീവാർപ്പണവും മഹാത്യാഗവുമായിരുന്നു. ഇന്നത്തെ രാഷ്ട്രീയക്കാരിലധികം പങ്കും ഏതൊക്കെയോ 'ദൈവങ്ങളുടെ നായാട്ടു കമ്പത്തിന് നായ്ക്കോലം കെട്ടിയാടുന്ന നപുംസകങ്ങൾ'എന്നാണ് കവിയുടെ വിലയിരുത്തൽ "നാം വിശ്വസിച്ച ദൈവങ്ങൾ മഴവില്ലുകളും നേതാക്കൾ കൊടികളും കാട്ടി മയക്കി നമ്മെ ഈ അറവുപുരയിൽ എത്തിച്ചു." എന്നും ജനാധിപത്യത്തിന് സംഭവിച്ച അധഃപതനത്തെ അദ്ദേഹം വിലയിരുത്തുന്നു. അഴിമതിയുടേയും അനാശാസ്യത്തിന്റേയും കുറ്റകൃത്യങ്ങളുടേയും വിഴുപ്പുഭാണ്ഡങ്ങളായി മാറുന്ന അധികാരികൾക്ക് ആരാച്ചാരുടെ മുഖഭാവമാണ് പലപ്പോഴും. ക്രിമിനൽ പശ്ചാത്തലമില്ലാത്തവർ, അഴിമതിയുടെ കറപുരളാത്തവർ മാത്രമേ ജനപ്രതിനിധികളാകാൻ പാടുള്ളൂ എന്നൊരു നിയമം ശക്തമായാൽ നമ്മുടെ നിയമ-ലോകസഭകളിൽ എത്ര പേര് ഉണ്ടാകും?

അതുപോലെ തന്നെയാണ് ആത്മീയരംഗത്തേയും അവസ്ഥ. എല്ലാം 'ഏക നീഡജം' എന്ന സംസ്കാരമായിരുന്നു. ഭാരതത്തിന്റെ മഹാവ്യക്തിത്വം. ഇന്ന് ദൈവത്തെ ഓരോ മതവും ഓരോ ജാതിയും ഉപജാതിയും തുണ്ടുതുണ്ടുകളായി നുറുക്കി. അമ്പലങ്ങളും പള്ളികളും ആർത്തിയുടെ ഭണ്ഡാരകേന്ദ്രങ്ങളായിരിക്കുന്നു. ഒടുങ്ങാത്ത ദുരയുമായി അവിടെ എത്തുന്നവർ ഭക്തരല്ല, കൊതിയന്മാരാണ്. അവരുടെ അപേക്ഷകൾ വഴിപാടുകളായി സ്വീകരിക്കുന്ന ദൈവങ്ങളാകട്ടെ അവശേഷിക്കുന്ന ആത്മചൈതന്യം ചോർത്തിക്കളയുകയേയുള്ളൂ. ആ ദൈവങ്ങൾ കുടിക്കൊള്ളുന്ന കെട്ടിടങ്ങളുടെ കൂർത്ത എടുപ്പുകൾ ജാതിയുടേയും മതത്തിന്റേയും വിഭാഗിയതയുടേയും പേരിൽ മനുഷ്യന്റെ മാർത്തടങ്ങൾ പൊതിക്കുന്ന മർദ്ദനോപകരണങ്ങളായിരിക്കുന്നു. പക്ഷേ, അവയാണിന്ന് എല്ലാം നിയന്ത്രിക്കുന്നത് എന്നതാണ് ശാപം. രാജ്യത്തെ ഉന്നത ഭരണാധികാരികൾ തൊട്ട് ഒരു പഞ്ചായത്ത് മെംബർ വരെ ജാതിയുടേയും മതത്തിന്റേയും വർഗ്ഗിയതയുടേയും അടിസ്ഥാനത്തിലാണ് സ്ഥാനം ഉറപ്പിക്കുന്നത്. തീർന്നില്ല. വിദ്യാഭ്യാസ സ്ഥാപനങ്ങളിലും സാംസ്കാരിക സ്ഥാനപനങ്ങളിലും ഉന്നത പദവി അലങ്കരിക്കുന്നവരുടേയും അവസ്ഥ അതുതന്നെ.

വിദ്യാഭ്യാസരംഗം അധോലോകം കയ്യടക്കിയിരിക്കുകയാണിന്ന്. വിദ്യാഭ്യാസമാണ് ഒരു ജനതയെ സംസ്കാരത്തിലേക്കും ആത്മബോധത്തിലേക്കും നയിക്കുന്നത്. നൂറുശതമാനം സാക്ഷരത അവകാശപ്പെടുന്ന നമ്മുടെ വിദ്യാഭ്യാസത്തിന്റെ അവസ്ഥ വളരെ ശോചനീയമാണ്. ഉദര

പോഷണത്തിനുള്ള മാർഗ്ഗം മാത്രമായി അത് അധഃപതിച്ചു, എല്ലാവർക്കും ടെക്നോളജിയും പ്രൊഫഷണൽ കോഴ്സുകളും മതി. ആർക്കും മാന വികതയെ പോഷിപ്പിക്കുന്ന വിഷയങ്ങൾ ആവശ്യമില്ല. മനുഷ്യരാകണ മെങ്കിൽ ഭാഷയും സംസ്കാരവും കൂടെ പഠിക്കണം. നമ്മുടെ മാതൃ ഭാഷയാകട്ടെ അന്ത്യശ്വാസം വലിക്കുകയാണ്. ഈ ഭൂമിയെപ്പോലെ, പ്രകൃതിയെപ്പോലെ, നമ്മുടെ മലയാളവും തിരസ്കൃതയും മുറിവേറ്റവളും മരണാസന്നയുമാണ്. അതുകൊണ്ടായിരിക്കാം നാമും ചന്തയുടെ മുന്നിൽ സ്വയം വില്ക്കുന്ന, വില പേശുന്ന ഒരു കസ്റ്റമർ മാത്രമായി അധഃപതി ച്ചത്, നമ്മുടെ ആർദ്രതകൾ നഷ്ടപ്പെട്ടത്. സ്വാശ്രയ സ്ഥാപനങ്ങളുടെ കടന്നുകയറ്റം വിദ്യാഭ്യാസമേഖലയെ തകിടം മറിച്ചു. 2001–02ൽ എ.കെ.ആന്റണി മുഖ്യമന്ത്രിയായിരിക്കേയാണ് സ്വാശ്രയകോളേജുകൾ അനുവദിച്ചത്. അന്ന് അതിന് കർശനമായ നിയമവ്യവസ്ഥകളുണ്ടായി രുന്നു. പിന്നെ സ്വാശ്രയമുതലാളിമാർ ഓരോ ഗവൺമെന്റിന്റേയും ചുമലി ലിരുന്ന് ചെവി തിന്നാൻ തുടങ്ങി. അവസാനം അവരിപ്പോൾ വിദ്യാഭ്യാസ മേഖലയെ അപ്പാടെ വിഴുങ്ങിക്കൊണ്ടിരിക്കുന്നു. വിദ്യാലയങ്ങൾ ഏറ്റവും ലാഭം കൊയ്യുന്ന കച്ചവടശാലകളായി. ഏത് നിരക്ഷരനും വിദ്യാഭ്യാസ സ്ഥാപനങ്ങൾ തുടങ്ങാം. അവയുടെ നിലവാരം പാതാളത്തോളം താഴ്ന്നാലും മുതലാളിമാരുടെ ഉദരം വീർത്തുകൊണ്ടിരിക്കും. പല സ്വാശ്രയകോളേജുകളിലും സീനിയർ സ്റ്റുഡന്റ്സ് ബ്രോക്കർമാരും ഗുണ്ട കളുമാണ്. പുതിയ ഇരകളെ വിദ്യാർത്ഥികളെന്ന പേരിൽ വിളിച്ചുകൊണ്ടു വന്നാൽ അവർക്ക് തക്കപ്രതിഫലം കിട്ടും. എതിർക്കുന്നവർക്ക് ജിഷ്ണു പ്രണോയിയുടെ വിധിയായിരിക്കും. കേരളത്തിൽ ഇന്ന് പ്രതിവർഷം 25000 ലധികം കുട്ടികൾ തമിഴ്നാട്ടിലേയും ബാംഗ്ലൂരിലേയും മറ്റും മെഡിക്കൽ കോളേജിലേയും എൻജിനീയറിംഗ് കോളേജിലും പ്രവേശനം നേടു ന്നുണ്ട്. 10% താഴെയാണ് അവരുടെ വിജയം. അമിതമായ ആഡംബര ങ്ങളിലും വഴിവിട്ട ജീവിതശൈലികളിലും അഭിരമിച്ച് അവരുടെ വിദ്യാ ഭ്യാസകാലം ഒടുങ്ങുന്നു. നമ്മുടെ ഉപനിഷത്സംസ്കാരം വിദ്യാ ഭ്യാസത്തെക്കുറിച്ചുള്ള എത്ര ഉദാത്തമായ മാതൃകയായിരുന്നു. അതിൽ നിന്നും നാം കുതിച്ചത് ഏത് അധോലോകത്തേക്കാണ്!

■